தொழில் முனைவோர் கையேடு

எஸ்.எல்.வி. மூர்த்தி

அகமதாபாத் ஐ.ஐ.எம்.மில் எம்.பி.ஏ. பட்டம் பெற்றவர். 'மூர்த்தி மார்க்கெட்டிங் அசோசி யேட்ஸ்' என்னும் நிறுவனத்தை முப்பது ஆண்டுக ளாக நடத்தி வருகிறார். நிர்வாகவியல் மற்றும் விற்பனைத்துறை சார்ந்த பயிற்சி வகுப்புகள் நடத்தி வருகிறார். பிசினஸ் ஏஷியா, பிசினஸ் லைன், எகனாமிக் டைம்ஸ், குங்குமம் ஆகிய இதழ்களில் நிர்வாகவியல் தொடர்பாக தொடர்ந்து கட்டுரைகள் எழுதி வேருகிறார்.

தொழில் முனைவோர் கையேடு

எஸ்.எல்.வி. மூர்த்தி

தொழில் முனைவோர் கையேடு
Thozhil Munaivor Kaiyedu
S.L.V. Moorthy ©

First Edition: December 2008
128 Pages
Printed at Repro Knowledgecast Limited, Thane.

ISBN: 978-81-8493-034-4
Title No. Kizhakku 360

Kizhakku Pathippagam
177/103, First Floor,
Ambal's Building, Lloyds Road,
Royapettah, Chennai 600 014.
Ph: +91-44-4200-9603

Email : support@nhm.in
Website : www.nhm.in

Author's Email : slvmoorthy@yahoo.com
Cover Image : © Andresr/Shutterstock

Kizhakku Pathippagam is an imprint of New Horizon Media Private Limited

இந்தப் புத்தகம் எழுத
முதற்காரணமும் முழுக்காரணமும் ஆன
அன்பு மகள் அகிலாவுக்கு.

உள்ளே

1. ஒருவன் ஒருவன் முதலாளி / 9

2. ரிஸ்க் எடு தலைவா! / 25

3. ஐடியா வாங்கலியோ, ஐடியா! / 46

4. இலக்கு இதுதான் / 69

5. இது உங்க கம்பெனி / 82

6. மாத்தி யோசிங்க / 91

7. இப்படை தோற்கின் எப்படை ஜெயிக்கும்? / 103

8. முதலீடு 86400 / 112

பின்னிணைப்புகள்

உதவிய நூல்கள் / இதழ்கள் /
இணையத் தளங்கள் / 123

1

ஒருவன் ஒருவன் முதலாளி

மும்பையின் சொர்க்க வீதி அல்ட்டாமவுண்ட் ரோடு. உயர்ந்து நிற்கும் அன்டிலியா (Antilia) என்ற 27 மாடிக் கட்டடம் 550 அடி உயரம். நாலு லட்சம் சதுர அடி பரப்பு. மும்பையில் வசதி கொண்டவர்கள் வீடுகளே ஆயிரம் சதுர அடிதான் இருக்கும். அதைப்போல் நானூறு குடும்பங்கள் தங்கும் ஏரியா.

வீட்டுக்குள் வசதியோ வசதிகள். வீட்டு மாடியில் மூன்று ஹெலிகாப்டர்கள், ஏறி இறங்கும் ஹெலிபாட்கள் (Helipads). வீட்டுக்குள் நீச்சல் குளம், 168 கார்களை ஹாயாக நிறுத்தும் கார் பார்க். வீட்டுக் கார்களிலும் விருந்தாளிகள் கார்களிலும் கோளாறு வந்தால் ரிப்பேர் செய்ய ஒரு முழூத் தளம், எக்ஸர்ஸைஸ் செய்ய இன்னொரு தளம், ஐம்பது பேர் ஜாலியாக உட்கார்ந்து சினிமா பார்க்கும் ஹோம் தியேட்டர்.

கையைச் சொடுக்கினால் ஓடி வர அறுநூறு வேலைக்காரர்கள். வீட்டில் எத்தனை பேர் தங்குவார்கள்? முகேஷ் அம்பானி, மனைவி நீனா, மகன்கள் ஆகாஷ், அனந்த், மகள் இஷா, அம்மா கோகிலாபென். ஆறு பேருக்கு இத்தனை பெரிய வீடு, இத்தனை வசதிகளா?

1,72,000 கோடி சொத்தும், ஒரு மணி நேரத்துக்கு ஒரு கோடி ரூபாய் வருமானமும் இருந்தால், நாமும் 27 என்ன 77 மாடி வீடு கட்டலாம்.

●

விஜய் மல்லையா. கிங்ஃபிஷர் பீர், ஏர்லைன்ஸ் கம்பெனிகள் முதலாளி. விமானக் கம்பெனி முதலாளி சொந்தமாக மூன்று ஜெட் ப்ளேன்கள் வைத்திருப்பது ஆச்சரியமில்லை. ஆனால், இவரிடம் இருப்பவை இந்தியன் எம்ப்ரஸ் (Indian Empress) என்ற சொகுசுக் கப்பல், 28 கார்கள், இருநூறு பந்தயக் குதிரைகள்...

அப்புறம், நாம் ஸ்டாம்ப்கள் சேகரிப்போம், பழைய கால நாணயங்கள் சேர்ப்போம், தீப்பெட்டி லேபிள்கள் கலெக்ட் பண்ணுவோம். இவர் சேகரிப்பது பழைய மாடல் சொகுசுக் கார்களை. 1903 வருட மாடல் ஹம்ப்ரெட்டே (Humbrette), 1946களின் மெர்ஸிடிஸ் பென்ஸ், பல ரோல்ஸ் ராய்ஸ்கள் (Rolls Royce) என ஒவ்வொன்றும் பல கோடி ரூபாய் பெறும் 260 பழங்கால மாடல் கார்கள்.

இந்தியாவில் பெங்களூரு, மும்பை, கோவா, கொல்கத்தா, அமெரிக்காவில் நியூயார்க், ஸான்ஃபிரான்ஸிஸ்கோ, ஸ்காட் லாந்து, சிங்கப்பூர், தென் ஆப்பிரிக்கா என்று உலகப் பல நாடுகளில் மொத்தமாக 42 பங்களாக்கள். வாழ்க்கையின் ஒவ்வொரு வினாடியையும் அனுபவித்து வாழும் இந்தத் தடாலடி மாஸ்டர், பார்ட்டிகளில் கையில் கோப்பையோடு கோல மயில்கள் புடைசூழத்தான் தோன்றுவார்.

இந்த விஜய் மல்லையாவுக்குள் இன்னொரு விஜய் மல்லையா உண்டு. அவர் மகா பக்திமான். சபரிமலை அய்யப்பனைத் தரிசிக்க மாலை போட்டுப் போவார். குருவாயூர் கண்ணன் இவருக்கு இஷ்ட தெய்வம். திருப்பதி பாலாஜியிடம் இவருக்கு அசைக்கமுடியாத நம்பிக்கை. கிங்ஃபிஷர் ஏர்லைன்ஸுுக்கு

வாங்கும் ஒவ்வொரு விமானமும் வெள்ளோட்டம் விடும்போது திருப்பதி கோவில் கோபுரத்தை வலம் வந்தபிறகுதான் தங்கள் சோதனை ஓட்டங்களைத் தொடங்கும்.

●

பில் கேட்ஸ். இருபதாம் வயதில் சொந்தக் கம்பெனி. முப்பத்து இரண்டாம் வயதில் பில்லியன் டாலர்கள். வருடா வருடமாக உலகப் பெரும் பணக்காரர்கள் வரிசையில் முன்னிடம். கண்ணிமைக்கும் ஒரு விநாடி நேரத்தில் இவர் சம்பாதிப்பது முன்னூறு டாலர், அதாவது பன்னிரெண்டாயிரம் ரூபாய். இன்றைய சொத்து 232,000 கோடி ரூபாய், பல உலக நாடுகளின் மொத்த வருமானத்தைவிட அதிகம். அவருடைய சொத்து முழுவதையும் ஒரு டாலர் நோட்டுக்களாக மாற்றி வரிசையாக அடுக்கி வைத்தால், காஷ்மீரிலிருந்து கன்னியாகுமரிவரை சுமார் இரண்டாயிரம் மைல்களுக்கு நீளும்.

இருபதாம் நூற்றாண்டின் நம்பர் 1 பிஸினஸ்மேன் என்று மக்களும், கம்ப்யூட்டர், மானேஜ்மென்ட் உலகங்களும் கிரீடம் சூட்டுவது பில் கேட்ஸுக்குத்தான். பெரிய பெரிய கம்பெனிகள் மட்டுமல்ல, பல வல்லரசு நாட்டுத் தலைவர்களும், முதல்வர் களும் இவரைச் சந்திப்பதைத் தங்கள் வாழ்க்கையின் பெரும் பாக்கியமாக நினைப்பதுண்டு.

'நீங்கள் யாரைப்போல் ஆக விரும்புகிறீர்கள்?' என்று தெரிந்தவர் களிடம் கேட்டுப் பாருங்கள். நூற்றுக்குத் தொண்ணூறு பேர் உச்சரிக்கும் பெயர் பில் கேட்ஸாகத்தான் இருக்கும். வாழ்க்கை யில் முன்னேறத் துடிக்கும் ஒவ்வொரு மனிதனுக்கும் கனவுக் கதாநாயகன் இவர்தான்.

வயசு? 53. இந்த வயசில் நாம் என்ன செய்வோம்? இன்னும் கொஞ்ச வருஷத்தில் பென்ஷன் வாங்க வேண்டும். மகன் எஞ்சினியரிங் படிப்பு முடிக்க வேண்டும், மகள் கல்யாணச் செலவு, அதுபோக வீட்டுக்கடனை வேறு அடைக்க வேண்டும். விஷமாக ஏறும் விலைவாசி என்று பிளட் பிரஷரை எகிற வைக்கும் கவலைகளில் கரைந்து கொண்டிருப்போம்.

இந்த மனுஷன் பில் கேட்ஸ் ஜாலியாகத் தனது ரிட்டயர் மெண்டை அறிவிக்கிறார். ஏராளமான சொத்தை தர்மத்துக்கு எழுதி வைக்கிறார். அதை நிர்வகிக்க மனைவி மெலிண்டா.

வாரன் பஃபட் (Warren Buffett). உலகின் மாபெரும் முதலீட்டு மேதை. ஷேர் மார்க்கெட் சூதாட்டமல்ல, அறிவியல் பூர்வமாக முதலீடு செய்தால் யாரும் கோடிகள் குவிக்கலாம் என்று நிரூபித்தவர். பெரிய கம்பெனிகளில் முதலீடு செய்வதைவிட, சிறிய ஆனால், வளரக்கூடிய நிறுவனங்களில் பணம் போட்டால் அது எளிதாகக் குட்டிபோடும் என்ற சூத்திரத்தைக் கண்டு பிடித்தவர். இவர் வழிகாட்டலில் அமெரிக்காவில் லட்சக்கணக் கானோர் கோடீஸ்வரர்களாக உருமாறியிருக்கிறார்கள்.

மைதாஸ் மன்னன் தொட்டதெல்லாம் தங்கமாகும் வரம் பெற்ற வன். பஃபட் மைதாஸை மிஞ்சியவர். புத்தியில் விளையாட்டு மட்டுமே நிறைந்த பதினோராவது வயதிலேயே முதன் முதலாகப் பங்குகள் வாங்கி லாபம் கண்டவர். கையில் நூறே நூறு டாலரோடு பங்குச் சந்தைக்குள் நுழைந்த இவர் இன்றைக்கு 6200 பில்லியன் டாலர் சொத்துக்கு அதிபதி. பில் கேட்ஸையும் தாண்டி உலகப் பணக்காரர்களில் இவருக்குத்தான் முதல் இடம்.

பில் கேட்ஸின் அறக்கட்டளையான பில் அண்ட் மெலிண்டா கேட்ஸ் ஃபவுண்டேஷனுக்கு வாரன் பஃபட் கொடுத்திருக்கும் நன்கொடை 1,24,000 கோடி ரூபாய்.

•

முகேஷ் அம்பானியாக, விஜய் மல்லையாவாக, பில் கேட்ஸாக, வாரன் பஃபட்டாக வாழ ஆசைப்படுகிறீர்களா? பதில் சொல்லத் தயங்காதீர்கள். எல்லோருடைய மனத்திலும் குறைந்தபட்சம் ஓர் ஓரத்திலாவது அப்படி ஓர் ஆசை தேங்கிக் கிடக்கும். நமக்குள் பல கலர் கலர் கனவுகள் உண்டு. ஏக்கமும் உண்டு. வாழ்க்கையில் ஒரே ஒரு நாளாவது கோடீஸ்வரனாக வாழும் வாய்ப்புக் கிடைத்தால் எப்படி இருக்கும்?

தோட்டா தரணி டைரக்டர் சங்கருக்குப் போட்ட செட் மாதிரி பல மாடி பளபள பங்களா. வீட்டு காம்பவுண்டில் கப்பல் சைஸ் கார்.

'குட் மார்னிங் ஸார்.'

டிரைவர் முருகன் கார் கதவைச் சத்தமில்லாமல் திறக்கிறார். உள்ளே சில்லிடும் ஏஸி. உங்களுக்குப் பிடித்த ஏ.ஆர். ரஹ்மான் ஹிட்ஸ் ஸ்பீக்கர்களில் படபடக்கிறது. கார் சென்னை ரோட்டில் ஸ்கேட்டிங் செய்துகொண்டு பாய்கிறது.

காரின் ஃப்ரிஜ்ஜிலிருந்து சில்லிடும் மினரல் வாட்டர் குடிக் கிறீர்கள். மடியில் சின்ன முயல் குட்டியாகப் படுத்திருக்கும் லாப்டாப். சுவிச் ஆன் செய்கிறீர்கள். ஸ்கிரீன் ஸேவரில் குலதெய்வம் படம் மின் வெட்டுகிறது. கம்ப்யூட்டர் திரையில் உங்களுக்காகக் காத்திருக்கும் இன்றைய வேலைகள்.

அமெரிக்கா, ஆஸ்திரேலியா, ஸ்விட்ஸர்லாந்து, ஜெர்மனி, ஜப்பான், சிங்கப்பூர் என உலகின் பல நாடுகளில் பரவிக் கிடக்கும் வாடிக்கையாளர்களின் ஈ மெயில்களுக்கு பதில், அடுத்த வருட விற்பனையை எப்படி இரண்டு மடங்கு ஆக்கலாம் என மேனேஜர்களோடு ராஜதந்திரக் கூட்டம். அமெரிக்க கம்பெனியோடு இணைந்து தொடங்கும் புதிய கம்பெனி பற்றி வக்கீலுடன் அலசல். ஏழைக் குழந்தைகளுக்காக நடத்தும் டிரஸ்ட் குறித்து ஆடிட்டருடன் ஆலோசனை, சேம்பர் ஆஃப் காமர்ஸ் மீட்டிங், பாங்க் மேனேஜர் வீட்டுக் கல்யாணம்...

வீடு திரும்பி ஃபார்ச்சூன், பிஸினஸ் இந்தியா, பிஸினஸ் வேர்ல்ட், பிஸினஸ் டுடே, இந்தியா டுடே, அவுட்லுக் பத்திரிகை களைப் புரட்ட வேண்டும். பதினொரு மணிக்குத் தூக்கம் கண்களைத் தழுவும்.

காலை நான்கு மணிக்கு அலாரம் சிணுங்கும். அரை மணி நேரம் யோகா. கிளப்பில் டென்னிஸ் விளையாட்டு. ஷவர் குளியல். இரண்டு இட்லிகளைச் சுவைத்துச் சாப்பிட்டு, சர்க்கரை போடாத காப்பியை உறிஞ்சிவிட்டு ரெடியானால், மறுபடியும் கப்பல் கார். முருகா!

இதெல்லாம் நிறைவேறக்கூடிய கனவுதானா? முகேஷ் அம்பானி, விஜய் மல்லையா, பில் கேட்ஸ், வாரன் பஃபட்டுக் கெல்லாம் இந்தக் கனவு எப்படிச் சாத்தியமாயிற்று? இந்த நாலு பேரும் என்ன செய்தார்கள்? செய்கிறார்கள்?

முதல் அடிப்படை பதில் : இந்த நால்வரும் மாதச் சம்பளம் தரும் வேலைக்குப் போகவில்லை. சொந்தத் தொழில் நடத்துகிறார்கள்.

ஆமாம், உங்கள் கனவுகள் நிறைவேற நீங்கள் முதலாளியாக வேண்டும்.

'நானும் வருஷக்கணக்கா கம்பெனி தொடங்குற கனவு காண் றேன். வெறும் கானல் நீராப் போச்சு. முதலாளி ஆகிற மச்சம்

எனக்கு இல்லே' என்று அசிரத்தையாக அலுத்துக் கொள்ளா தீர்கள்.

நீங்கள் மட்டுமில்லை, உங்களைப்போல் ஆயிரக்கணக்கானவர் கள், லட்சக்கணக்கானவர்கள், கோடிக்கணக்கானவர்கள் மச்சத் தையும், ஜாதகத்தையும் காரணம் காட்டுகிறார்கள்.

இன்னும் பலவிதமான காரணங்கள். என்னிடம் பணம் இல்லை, படிப்பு இல்லை, அனுபவம் இல்லை, உதவும் சொந்தங்கள் இல்லை, தொழில் தொடங்க ஏற்ற வயது இல்லை, என் உடல் நலத்தில் பல கோளாறுகள், பெண்ணாகப் பிறந்துவிட்டேன். அதுதான் என் தப்பு - இவை காரணங்கள் இல்லை. கையா லாகாத்தனத்தை மறைக்க நீங்கள் விடும் ரீல், டூப், அக்மார்க் பொய்.

பொய் நம்பர் 1.

'எங்க அப்பா கொஞ்சம் சொத்து வைத்துவிட்டுப் போயிருந்தால் ரத்தன் டாட்டாவை, லட்சுமி மிட்டலை, அம்பானிகளை, கலாநிதி மாறனை, முந்திக்கொண்டு எங்கோ போயிருப்பேன்.'

இது அண்டப்புளுகு. காரணம்?

★ உலகம் முழுக்கக் கொடி கட்டிப்பறக்கும் இன்ஃபோஸிஸ் தொடங்கியபோது நாராயண மூர்த்தியிடம் முதலீடு செய்யப் பணமே கிடையாது. மனைவி சுதா கொடுத்த பத்தாயிரம் ரூபாய்தான் கம்பெனி தொடங்க உதவியது.

★ இந்தியா, அமெரிக்கா, இங்கிலாந்து, பிரான்ஸ், துபாய் போன்ற 18 நாடுகளில் 64 உணவகங்கள், 18 பேக்கரிகள், ஆண்டு விற்பனை 120 கோடிக்கும் மேல். ஹாட் பிரட்ஸ் (Hot Breads) மகாதேவன் இளைஞராகச் சென்னைக்கு வந்தபோது கையில் இருந்த பணம் ஐநூறே ஐநூறு ரூபாய்.

★ தமிழ்நாடு, கர்நாடகா, புதுச்சேரியில் 23 கிளைகள், பழ இறக்குமதி, ஜூஸ் விற்பனை, காளான் வளர்ப்பு ஆகியவற் றோடு, ப்ளூகோட் ஸல்யூஷன்ஸ் என்ற நிறுவனம் மூலமாக ஐ. டி. துறையிலும் கால் பதித்திருக்கும் சின்னசாமி, கோவை பழமுதிர் நிலையம் தொடங்கினார். அவருடைய முதல் கடை எது தெரியுமா? தள்ளு வண்டி! ஆமாம், கோவை ஜவுளி

மில்லில் வேலை பார்த்த சின்னசாமி, வீட்டுச் செலவுக்குப் பணம் போதாமல், ஓய்வு நேரங்களில் தள்ளு வண்டியில் காய்கறி, பழங்களை வீட்டுக்கு வீடு கூவித் தொடங்கிய பிஸினஸ் இன்று பழமுதிர் குழுமமாக (Pazhamudir Group) வளர்ந்திருக்கிறது.

★ இங்கிலாந்து நாட்டு எலிசபெத் மகாராணி ஆட்சியின் பொன் விழா 1952ம் ஆண்டு கொண்டாடப்பட்டது. புகைப்படங்கள் நிறைந்த மலர் வெளியிட்டார்கள். வரலாற்றுச் சிறப்பு மிகுந்த இந்த மலரை எங்கே அச்சிட்டார்கள்? லண்டனில்? நியூயார்க்கில்? பாரிஸ் நகரத்தில்? சிங்கப்பூரில்? இல்லை, இல்லை, நம்ம சிவகாசியில். அச்சிட்டவர்கள் சீனிவாஸ் ஃபைன் ஆர்ட்ஸ் பிரிண்டர்ஸ். நைட்டிங்கேல் டயரிகள், பள்ளிக்கூட நோட்டுப் புத்தகங்கள் வெளியிடுகிறார்களே, அதே கம்பெனிதான். ஐநூறு கோடிக்கும் மேலாக விற்பனையைத் தொட்டிருக்கும் சீனிவாஸ் கம்பெனியை 1964ல் சொக்கலிங்கம் தொடங்கியபோது, அச்சடிக்கும் எந்திரம் வாங்கும் பணம்கூட அவரிடம் இல்லை. பிற அச்சகங்களில் தன் தேவைகளை அச்சிட்டுக் கொண்டிருந்தார்.

இன்ஃபோஸிஸ் நாராயண மூர்த்தி, ஹாட் பிரட்ஸ் மகாதேவன், கோவை பழமுதிர்ச் சோலை சின்னசாமி, நைட்டிங்கேல் சொக்கலிங்கம் ஆகியோரது அனுபவங்களின்படி, தொழில் தொடங்க, ஜெயிக்க, பணம் தேவையில்லை.

பொய் நம்பர் 2

'நான் மட்டும் பெரிய படிப்பு படிச்சிருந்தா பிஸினஸில் கொடி கட்டிப் பறந்திருப்பேன்.'

இது ஆகாசப் புளுகு.

★ மின்சார விளக்கு, சினிமா காமெரா, ஃபோனோகிராஃப், கான்கிரீட் போன்ற 1093 அத்தியாவசியப் பொருள்களைக் கண்டுபிடித்த கதாநாயகன் தாமஸ் ஆல்வா எடிசன். 176 கம்பெனிகளைத் தொடங்கி வெற்றிகள் பல கண்ட தொழிலதிபர். தன் ஏழாம் வயதில் எடிசன் மூன்று மாதங்கள் பள்ளிக்கூடம் போனார். அதற்குப் பிறகு படிப்பை நிறுத்திய அவர், மழைக்குக்கூடப் பள்ளிக்கூடத்தில் ஒதுங்கியதில்லை.

★ கே.பி.என். டிராவல்ஸ். தினமும், தமிழ்நாடு, கேரளா, கர்நாடகா, புதுச்சேரிப் பகுதிகளில் 6000 பயணிகள் 200 ஊர்களுக்கு நம்பிக்கையோடு பயணம் செய்யும் பஸ் சர்வீஸ். இதன் தலைவர் கே.பி. நடராஜன் படித்தது பள்ளிப் படிப்புதான்.

★ லயன் டேட்ஸ். மக்கள் மனத்தில் தனி இடம் பிடித்த பேரீச்சம் பழங்கள். உடல் நலத்துக்குப் பேரீச்சம்பழங்கள் தேவை என்பதை மக்கள் மனத்தில் பதியவைத்து, சுவையும் சுகாதாரமுமாக அவற்றைப் பேக்கிங் செய்து நம்மை பேரீச்சம்பழ ரசிகர்களாக்கியது லயன் டேட்ஸ்தான். ஓமன் நாட்டிலிருந்து அதிகம் பேரீச்சம் பழங்கள் இறக்குமதி செய்யும் நிறுவனம், இந்தியா தாண்டி சிங்கப்பூர், மலேஷியா விலும் வாடிக்கையாளர்கள். லயன் டேட்ஸ் நிறுவன அதிபர் பொன்னுதுரையின் படிப்பு, பத்தாம் வகுப்பு.

★ எஸ்.கே.எம். ஃபீட்ஸ். இந்திய மாடுகளுக்கும், கோழி களுக்கும் மிகப் பரிச்சயமான, விருப்பமான நிறுவனம். ஈரோடைத் தலைமையகமாகக் கொண்டு மாட்டுத் தீவனம், கோழித் தீவனம் தயாரிப்பில் எழுபது கோடிக்கும் மேல் வருமானம் காணும் இந்தக் கம்பெனி எஸ்.கே.மயில் நாதனின் நனவான கனவு. புத்திசாலி மாணவர். பள்ளிப் படிப்பை முடித்தார். கல்லூரி சேர ஆசை ஆனால், குடும்பத்தில் வறுமை. அவர் தொடங்கிய பொட்டிக்கடை இன்று 400 ஊழியர்களுக்கு வேலையும், 150 ஏழை மாணவர் களுக்கு இலவசப் படிப்பு வசதியும் கொடுக்கும் ஆலமரம்.

இதனால், எடிசன், கே.பி. நடராஜன், லயன் டேட்ஸ் பொன்னு துரை, எஸ்.கே. மயில்நாதன் ஆகியோர் அறிவிப்பது என்ன வென்றால், கோடிக் கோடியாக பிஸினஸ் செய்யப் படிப்பு தேவையில்லை.

பொய் நம்பர் 3

'நான் படிப்பில் சுமார். ரெகுலராக அரியர்ஸ் வைத்து, தட்டுத் தடுமாறித்தான் பட்டம் வாங்கினேன். வேலை பார்க்கிறேன். என்னோடு சேர்ந்தவர்கள் நிறையப் பேர் வேலை உயர்வு, அதிகச் சம்பளத்தில் வேலைமாற்றம் என்று வாழ்க்கையில் எங்.....கோ போய் விட்டார்கள். என் சாமர்த்தியத்துக்கு வேலையில் தாக்குப்

பிடிப்பதே ஒரு சாதனை. என்னைப் போன்றவர்கள் பிஸினஸா வது தொடங்குவதாவது?'

இதில் உள்ள தயக்கம், பயம் எல்லாம் தவிர்க்க முடியாததுதான். ஆனால் சில விஷயங்களைத் தெரிந்துகொள்வது ஊக்கமளிக்கும். உலகத்தொழில் வளர்ச்சி வரலாற்றில் இரண்டு முக்கிய நிகழ்ச்சிகள் நம் முன்னேற்றத்துக்கே அடிப்படையானவை. முதல் நிகழ்ச்சி 1760-க்கும் 1830-க்கும் இடைப்பட்ட காலவெளி யில் வந்த தொழிற்புரட்சி (Industrial Revolution). 1765-ல் கண்டு பிடிக்கப்பட்ட நீராவி எந்திரம்தான் தொழிற்புரட்சியின் முக்கிய காரணம்.

நீராவி எந்திரம் கண்டுபிடித்தவர் யார்? ஜேம்ஸ் வாட் என்று டக்கென ஒரு பதில் உதிக்கும். கூடவே வாட் வாழ்க்கையில் நடந்த சம்பவமும் நினைவுக்கு வரும். ஜேம்ஸ் வாட்டின் அம்மா ஒரு கெட்டிலில் தண்ணீர் ஊற்றி அடுப்பில் சுட வைத்தார். தண்ணீர் கொதிக்கத் தொடங்கியது. நீராவி கெட்டிலின் மூடியைத் தூக்கியது. மூடி நீராவியின் வேகத்தில் மேலே போனது, ஆவி வெளியானவுடன் கீழே வந்தது. இந்த அனுபவம் இளைஞரான வுடன் அவரை நீராவி எந்திரம் கண்டுபிடிக்க வைத்தது.

ஆனால் இந்தக் கதையே டுபாக்கூர்தானே. 1698ல், அதாவது ஜேம்ஸ் வாட் பிறப்பதற்கு 38 வருடங்களுக்கு முன்பாகவே தாமஸ் ஸவேரி (Thomas Savery) என்ற இங்கிலாந்து நாட்டுப் பொறியியல் வல்லுநர் நீராவி எந்திரம் கண்டுபிடித்துவிட்டார்.

இன்னொரு கேள்வி. சமீபத்திய கேள்வி. இருபதாம் நூற் றாண்டுக்கு வருவோம். நம் வாழ்க்கையையே புரட்டிப் போட்ட மாபெரும் கண்டுபிடிப்புகள் எவை?

இன்டர்நெட், ஈ மெயில்.

சரி. அவற்றைக் கண்டுபிடித்தவர்கள் யார்? கீழுள்ள நான்கு விடைகளிலிருந்து எது சரி என்று கண்டுபிடியுங்கள்.

1. பில் கேட்ஸ்

2. ஹாட் மெயில் தொடங்கி அதை பில் கேட்ஸுக்கு 800 கோடிக்கு விற்ற ஸபீர் பாட்டியா.

3. யாஹூ நிறுவிய ஜெரி யாங் (Jerry Yang), டேவிட் ஃபைலோ (David Filo) ஆகிய இருவர்.

4. கூகுள் உருவாக்கிய லாரி பேஜ் (Larry Page), ஸெர்ஜி பிரின் (Sergey Brin) ஆகிய இருவர்.

நீங்கள் நான்கு பதில்களுமே சரி என்றுகூடத் தோன்றலாம். ஆனால் தவறு. இன்டர்நெட்டையும் ஈ மெயிலையும் இவர்கள் யாருமே கண்டுபிடிக்கவில்லை. இரண்டுமே அமெரிக்க பாதுகாப்புத் துறையின் கண்டுபிடிப்புகள். 1991ல் அமெரிக்க குடியரசுத் தலைவர் ஜார்ஜ் புஷ் அமெரிக்க ராணுவத்தினரின் ஏகபோக உரிமையாக இருந்த வைய விரிவலையைப் பொதுமக்களின் உபயோகத்துக்கு அனுமதித்தார்.

நீராவி எந்திரம் கண்டுபிடித்த தாமஸ் ஸவேரி பார்க்காத கோடிகளும், புகழும் ஜேம்ஸ் வாட் பார்த்தது எப்படி? இன்டர்நெட், ஈ மெயில் கண்டுபிடிப்பாளர்கள் பெயரே நமக்குத் தெரியவில்லை. பில் கேட்ஸ், ஸபீர் பாட்டியா, யாஹூ, கூகுள் நமக்கு மிக மிகப் பரிச்சயமான பெயர்கள். திகட்டும் அளவுக்கு இவர்களிடம் பணம், புகழ். எப்படி?

இவர்கள் அத்தனை பேரும் ஏற்கெனவே இருந்த அறிவியல் கண்டுபிடிப்புகளைச் சாமானியரும் பயன்பட வைத்தார்கள்.

முருகன் இட்லிக் கடையின் மெத்தென்ற இட்டிலியை அவர்களா கண்டுபிடித்தார்கள்? இல்லையே? பாரம்பரிய இட்லியில் தங்கள் 'கை வரிசையைக்' காட்டினார்கள். மைசூர்பா என்றாலே நம் நினைவுக்கு வருவது கிருஷ்ணா ஸ்வீட்ஸ்தான். மைசூர்பாவை கோவை மகாதேவ ஐய்யரா கண்டுபிடித்தார்? இல்லையே? மிருதுவாக நாக்கில் கரையும் சுவையைத்தானே அவர் கொடுத்து ஒரு புதிய ஸ்வீட் பாரம்பரியத்தையே உருவாக்கி விட்டார்.

எனவே, பிஸினஸ் தொடங்க, விஞ்ஞான அறிவு வேண்டாம், கண்டுபிடிப்புத் திறமைகள் வேண்டாம். பழைய கண்டுபிடிப்பு களில் இன்றைய உலகின் தேவைகளுக்கு ஏற்ப மாற்றங்கள் செய்து மக்களின் எதிர்பார்ப்புகளைத் திருப்தி செய்தால் போதும்.

பொய் நம்பர் 4

'என் குடும்பம் சாதாரணக் குடும்பம் சார். எங்க உறவுக்காரங்களும் எங்களைப் போலவே பஞ்சப் பரதேசிகள்தான். செல்வாக்கான

சொந்தமும் நண்பர்களும் இருந்திருந்தா, என் திறமைக்கு நான் எங்கேயோ போயிருப்பேன்.'

இன்னொரு சாக்குப் போக்கு இது. உண்மையா? பார்க்கலாம்.

★ ஸ்டீவ் ஜாப்ஸ் (Steve Jobs) தெரியுமா? ஐபாட் (iPod), ஐ ஃபோன் (iPhone) என அட்டகாசப் பொருள்களை அறிமுகம் செய்யும் ஆப்பிள் கம்ப்யூட்டர் நிறுவனர், தலைவர். பிறந்தவுடனேயே பெற்றோர் இவரைக் கைவிட்டார்கள். பெற்றோர் யாரென்றே தெரியாமல் வளர்ந்தார். ஜாப்ஸ் என்ற பெயர் வளர்ப்புப் பெற்றோர்களின் பெயர். சொந்தமும், நட்புமல்ல, பெற்றோரே தெரியாத இந்த அனாதையின் வெற்றி சொந்தக் கால்களின் வெற்றி.

★ bharatmatrimony.com - இதுவரை சுமார் பத்து லட்சம் திருமணங் கள் நடக்கப் பாலமாக இருந்திருக்கிறது. மாதம் 35 லட்சம் பேர் உறுப்பினர்களாகச் சேருகிறார்கள். யாஹூ நிறுவனம் முதலீடு செய்துள்ள ஒரே இந்திய இணைய தள நிறுவனம், இந்தியாவில் மிகப் பிரபலமான இணையதளங்களில் ஒன்று பாரத்மேட்ரிமனி.காம். இந்த வெற்றிக் கதைக்கு வித்திட்ட முருகவேல் ஜானகிராமனின் அப்பா சென்னைத் துறைமுகத் தில் மூட்டை தூக்கும் தொழிலாளி. பதினாறு ஒண்டுக் குடித் தனங்களுக்கு நடுவில் ஒரே ரூம் வீடு. வெற்றிப் பாதையில் வெகு தூரம் வந்திருக்கிறார் முத்துவேல் ஜானகிராமன்.

★ மா ஃபா மானேஜ்மெண்ட் கன்ஸல்டன்ட்ஸ் லிமிடெட் (Ma Foi Management Consultants Limited). *சுமார் 2000 ஊழியர்கள், 400 கோடி* வருமானம், ஒரு லட்சம் பேருக்கும் மேல் வேலை வாய்ப்பு களுக்கு வழி காட்டிய சாதனை. நடத்திக் காட்டியிருப்பவர் சிவகாசியை அடுத்த விளாம்பட்டி கிராமத்தில் பிறந்த பாண்டியராஜன். இவர் அப்பா தீப்பெட்டித் தொழிற்சாலை யில் தொழிலாளி. இளம் வயதில் அப்பா மறைந்தவுடன், குடும்பத்தைக் காப்பாற்ற, பாண்டியராஜனின் பிஞ்சுக் கரங்கள் தீக்குச்சிக்கு மருந்து சேர்த்திருக்கின்றன.

ஸ்டீவ் ஜாப்ஸ், முத்துவேல் ஜானகிராமன், பாண்டியராஜன் என்ன சொல்கிறார்கள்?

செல்வாக்கான உறவினர்களும் நண்பர்களும் இருந்தால் மட்டுமே பிஸினஸில் வெற்றி காண முடியும் என்பது சுத்த உடான்ஸ்.

பொய் நம்பர் 5

'வயசாயிருச்சு. இனிமே பிஸினஸ் எல்லாம் சாத்தியமில்லை.' அல்லது 'இந்தச் சின்ன வயசுல பிஸினஸ் தொடங்குற அளவுக்கு எனக்கு அனுபவம் போதாது.'

ஐம்பது வயதுக்காரர்கள் சொல்லுவார்கள், 'பிஸினஸ் போட்டி கள் நிறைந்த உலகம். இள வயதில்தான் அவற்றைச் சமாளிக்கும் உடல், மன பலம் இருக்கும்.'

★ சாதாரண மனிதனும் கார் வாங்க வேண்டுமென்று ஹென்றி ஃபோர்ட் ஆசைப்பட்டார். 1908ல் மாடல் டி என்கிற வெற்றி கரமான மாடலை அறிமுகம் செய்தபோது அவர் வயது 45.

★ இங்கிலாந்து நாட்டு ரேமெண்ட் கிர்பி (Rayment Kirby) காமெராக்களை வடிவமைத்து, எந்திரங்களில் உற்பத்தி செய்யாமல் கைகளால் உருவாக்கும் தொழிற்சாலையைத் தன் ஐம்பத்து எட்டாம் வயதில் தொடங்கினார். பதினேழு ஆண்டு களாகச் சக்கைப்போடு போடுகிறார். 'வயது ஒரு பிரச்னையே இல்லை' என்று அடித்துச் சொல்கிறார்.

★ குடும்பத் தலைவி பிரேமா தேசிகன். ஐம்பதாவது வயதில் தொழிலதிபராகும் உந்துதல். பிளாஸ்டிக் எஞ்சினியரிங் பயிற்சிக்குப் போனார். ஏழு வருடங்கள் வெற்றிகரமாக ஐ.சி.எம்ப். ரெயில்வே, ஈகிள் ஃப்ளாஸ்க் ஆகியோருக்குப் பொருள்கள் சப்ளை செய்தார். நிறுவனத்தை விற்றுவிட்டு ஓய்வெடுக்க முடிவு செய்தார். எழுபது வயதில் மறுபடி உத்வேகம். பெண் தொழில் அதிபர்களுக்காக Women Entrepreneurship Promotional Association என்ற அமைப்பைத் தொடங்கி, திறமையாக நிர்வகித்து வருகிறார்.

சரி, அடுத்து இளைஞர்களுக்கு சில விஷயங்களைச் சொல்லி விடலாம்,

★ ஃபேஸ்புக் (Facebook) நண்பர்களும், ஒரே ஈடுபாடு கொண்ட வர்களும் சந்திக்கும் இணையதளம். தொடங்கி நான்கு ஆண்டு களே ஆகின்றன. வருட வருமானம் 600 கோடி ரூபாய்க்கும் அதிகம். இதைத் தொடங்கியவர் மார்க் ஸூக்கர்பெர்க் (Mark Zuckerberg). ஃபேஸ்புக் தொடங்கியபோது அவர் இருபது வயதுப் பொடியர்.

★ அமெரிக்காவின் சான்ட்டா கிளாரா நகரம். இன்டஸ் என்ட்ரப்ரனர்ஸ் (Indus Entrepreneurs) அமைப்பின் மாநாடு. அன்ஷுல் ஸமர் பேசுகிறார். 4000 பேர் கொண்ட அரங்கம் ஸமரின் ஒவ்வொரு வார்த்தையையும் உன்னிப்பாகக் கேட்கிறது. ஈ பே (eBay) தலைவர் மெக் விட்மான், மைக்ரோஸாஃப்ட் இந்தியா தலைவர் ரவி வெங்கடேசன் ஆகியோர் முன் வரிசையில் உட்கார்ந்திருந்த பிரபலங்கள். கெமிஸ்டிரி பாடத்தை வீடியோ கேம்களாக்கி படிப்பை விளையாட்டாக்கும் மென்பொருள் தயாரிப்பு நிறுவனமான எலிமென்டியோவின் (Elementeo) தலைவர் ஸமர். இன்னொரு முக்கிய காரணம், ஸமருக்கு வயது வெறும் பதின்மூன்றுதான்.

★ மாணவர்களுக்கு ஹோம் ஒர்க்கில் உதவி தேவையா? 'இதோ, உதவிக்கு நான் இருக்கிறேன்' என்கிறது ஸ்கிரிப்டோவியா.காம் (Scriptovia.com). தன் பதினான்காம் வயதில் இந்த கம்பெனியைத் தொடங்கினார் அஸீம் பாத்ஷான்.

★ குளோபல்ஸ் (Globals) பெங்களூரில் இருக்கிறது. நிறுவனங் களின் பணம், எந்திரங்கள், தொழிலாளிகள், ஆகிய அத்தனை வளங்களையும் திறமையாகப் பயன்படுத்த வழிகாட்டும் Enterprise Resource Planning என்ற துறையில் முத்திரை பதித்த நிறுவனம். அமெரிக்கா, கொரியா, ஸ்விட்ஸர்லாந்து, ஜெர்மனி ஆகிய நாடுகளில் கிளைகள், உலகம் முழுக்க 250 வாடிக்கை யாளர்கள் (Clients). ஏழு வருடங்களுக்கு முன்னால் கோபிநாத் குளோபல்ஸ் தொடங்கினார். அப்போது அவருக்கு வயது 14!

★ 'ஒரு தெய்வம் தந்த பூவே' - கன்னத்தில் முத்தமிட்டால் படத்தில் தாயின் பாசத்தைப் பிரதிபலிக்கும் குரல். 'ஸஹானா சாரல் தூவுதோ?' - சிவாஜியில் இழைந்தோடும் இளமை. இரண்டுக்கும் சொந்தக்காரர் சின்மயி. இவருக்கு இன்னொரு முகமும் உண்டு. ப்ளூ எலிஃபண்ட் என்கிற மொழிபெயர்ப்பு நிறுவனத்துக்கு சின்மயி முதலாளி. இவர் கம்பெனி தொடங் கியது, சில வருடங்களுக்கு முன்னால், தன் இருபது வயது ஆரம்பங்களில்.

பொய் நம்பர் 6

'நான் உடல் ஊனமுற்றவன்' அல்லது 'எனக்கு உடல் நலம் சரியில்லை. நானாவது தொழில் நடத்துவதாவது?' என்று சலித்துக் கொள்ளும் ஆயிரம் ஆயிரம் பேர்.

உங்களுக்கு இவர்களைத் தெரியுமா?

★ 176 கம்பெனிகள் நடத்திய விஞ்ஞானி தாமஸ் ஆல்வா எடிசன் சிறு வயதிலேயே காது கேட்கும் சக்தியை இழந்தவர்.

★ 1900-களில் அமெரிக்க எஃகுத் தொழிலின் சக்கரவர்த்தியாக இருந்த சார்ல்ஸ் மைக்கேல் ஷ்வாப் (Charles Michael Schwab) உரை மாறுபாடு (Dyslexia) என்று தமிழில் கூறப்படும் நோயால் பாதிக்கப்பட்டிருந்தார். இது ஒரு நரம்புக் கோளாறு. இதனால், இயல்பான அறிவுத்திறன் இருந்தாலும், சொற்களைப் படித்துப் புரிந்துகொள்ள முடியாது, உச்சரிக்க முடியாது.

★ டாமி ஹைஃபிகர் (Tommy Hifigre) இந்த அமெரிக்கர் உலக நாகரிக உடை உலகில் மன்னன். இவர் வடிவமைத்த சட்டை கள், டி.ஷர்ட்கள் தமிழ்நாட்டிலும் பிரபலம். இவருக்கும் டிஸ்லெக்ஷியா உண்டு.

★ எல்லோருக்கும் மிகவும் பிடித்த வால்ட் டிஸ்னியும் டிஸ்லெக்ஷியாவால் பாதிக்கப்பட்டவர்தான்.

★ ஜோஸஃப் புலிட்ஸர் அமெரிக்கப் பத்திரிகையாளர், பதிப்பாளர். இவர் வழங்கிய ஐந்து லட்சம் டாலர்கள் நன்கொடையில் தொடங்கப்பட்ட புலிட்ஸர் பரிசு, பொதுச் சேவை, எழுத்தியல், இசை போன்ற துறைகளில் சாதனை படைத்தவர்களுக்கு ஒவ்வோர் ஆண்டும் கிரீடம் சூட்டுகிறது. உலகம் மிக மதிக்கும் பரிசு இது. ஜோஸஃப் புலிட்ஸர் ஆஸ்துமா நோயால் மூச்சுத் திணறிய நாள்கள் ஏராளம்.

★ உலகெங்கும் புகழ்பெற்ற டைம், ஃபார்ச்சூன், லைஃப், ஸ்போர்ட்ஸ் இல்லஸ்ட்ரெட்டட் ஆகிய பத்திரிகைகளின் பதிப்பாளரும் உரிமையாளருமான ஹென்றி லூஸ் (Henry Luce) பேசவே திணறுவார். அவருக்குத் திக்குவாய்.

★ மெக்டொனால்ட்ஸ் துரித உணவகங்கள் நிறுவிய ரே க்ராக்ஸ் (Ray Kroc) கடும் நீரிழிவு நோயால் அவதிப்பட்டார்.

உங்கள் தாழ்வு மனப்பான்மையை ஒழித்துக்கட்ட இந்த லிஸ்ட் போதுமா, இன்னும் கொஞ்சம் வேணுமா?

பொய் நம்பர் 7

'நான் ஒரு பெண். ஆணாக மட்டும் நான் பிறந்திருந்தால்...'

தொழில் அதிபர்களில் பெரும்பாலோர் ஆண்கள் என்பது உண்மை. ஆனால், பிஸினஸ் மகாராணிகள் ஆயிரம் ஆயிரம் இருக்கிறார்களே? 'அவர்கள் கோடீஸ்வரர் வீட்டுப் பெண்கள். அப்பா தொடங்கிய பிஸினஸில் வந்து ஒண்டியவர்கள்' என்று சப்பைக்கட்டெல்லாம் கட்ட முடியாது. இதோ பட்டியல்.

★ ஒப்ரா வின்ஃப்ரே (Oprah Winfrey). டெலிவிஷனில் இவர் நடத்தும் ஒப்ரா வின்ஃப்ரே ஷோ 22 வருடங்களாக அமெரிக்காவில் நம்பர் 1 நிகழ்ச்சி, 112 நாடுகளில் ஒளிபரப்பப் படுகிறது. சொந்தத் தயாரிப்பு கம்பெனி, ஸ்டுடியோ, 23 லட்சம் வாசகர்களைக் கொண்ட ஓ, தி ஒப்ரா மாகஸின் (O, The Oprah Magazine) என ஒப்ராவின் சொத்து 100,000 கோடிக்கும் மேல்.

★ கிரன் மஜும்தார் ஷா, பயோக்கான் கம்பெனியை நிறுவிய வர். தலைமையேற்று நடத்துபவர். பயோடெக்னாலஜி துறையில் முன்னணி நிறுவனமான பயோக்கான் ஆண்டு வருமானம் சுமார் ஆயிரம் கோடி.

★ பாரு ஜெயக்ருஷ்ணா. குஜராத் மாநிலத்தில் இவர் குடும்பம் பிஸினஸில் ஈடுபட்டிருந்தது. ஏகப்பட்ட நஷ்டம். கம்பெனி மூடியது. குழந்தைகள், குடும்பம், சொத்துக்களின் வாடகை யிலிருந்து வந்த வருமானம் போதவில்லை. தன் 48ம் வயதில் அஸாஹி ஸாங்கோவன் (Asaahi Songowon) தொடங்கினார். பெயிண்ட்களுக்கான மூலப் பொருள்கள் தயாரிக்கும் இந்த நிறுவனம் 200 கோடி விற்பனையைத் தாண்டி விட்டது.

★ Federation of Indian Women Entrepreneurs என்ற அகில இந்திய அமைப்பு 1993ல் தொடங்கப்பட்டு வெற்றிகரமாக இயங்கி வருகிறது. இதில் 15000 பெண் தொழில் அதிபர்கள் உறுப்பினர்கள்.

Fedreration of Indian Micro and Small & Medium Enterprises என்கிற அமைப்பின் செக்ரட்டரி ஜெனரல் அனில் பரத்வாஜ் சொல்கிறார், 'இந்தியாவில் சுமார் 13 லட்சம் சிறு தொழில்கள், 19 லட்சம் நடுத்தர அளவுத் தொழிற்சாலைகள் உள்ளன. இந்த மொத்த 32 லட்சம் தொழிற்சாலைகளில் மூன்று லட்சத்துக்கும் மேற்பட்ட தொழிலகங்களை நடத்துபவர்கள் பெண்கள்தாம். இந்த சதவிகிதம் வருடா வருடம் அதிகரித்து வருகிறது.

ஆண்களுக்கு சமமாக, ஏன், ஆண்களைவிட மேலாகப் பெண்கள் வெற்றி காண்கிறார்கள்' என்கிறார் அனில் பரத்வாஜ்.

●

என்ன, தெளிவு, சிறு நம்பிக்கை கிடைத்திருக்கிறதா? பிஸினஸ் தொடங்க, ஜெயிக்க, பணம் வேண்டாம், படிப்பு வேண்டாம், கண்டுபிடிப்புத் திறமை வேண்டாம், செல்வாக்கு கொண்ட சொந்தங்களோ நண்பர்களோ வேண்டாம், குறிப்பிட்ட வயது வேண்டாம், பிரமாதமான ஆரோக்கியம் வேண்டாம், ஆணோ பெண்ணோ யாராகவும் இருக்கலாம்.

'அப்படியானால் என்னதான் வேண்டும்?'

2

ரிஸ்க் எடு தலைவா!

பிஸினஸ் தொடங்க என்னதான் வேண்டும்? இந்தக் கேள்விக்குப் பதில் சொல்லுவதற்கு முன்னால், சில அரிச்சுவடிகளை நீங்கள் அறிந்துகொள்ளவேண்டும்.

பிஸினஸ் தொடங்க ஆசைப்படும் உங்களுக்கு பிஸினஸ் என்றால் என்னவென்று தெரியவேண்டும். 'வியாபாரம் என்னவென்று எனக்குத் தெரியாதா?' என்று கேட்காதீர்கள். உங்களுக்குத் தெரிந்திருக்கலாம். இன்னொரு முறை, புதிய பாணியில் தெரிந்து கொள்ளுங்களேன்.

இந்தக் கேள்விக்கு விடை கண்டுபிடிக்க நீங்கள் அகமதாபாத், கல்கத்தா, பெங்களூர் சென்று இந்தியன் இன்ஸ்டிட்யூட் ஆஃப் மானேஜ்மெண்டில் எம்.பி.ஏ. என்கிற மாஸ்டர் ஆஃப் பிஸினஸ்

அட்மினிஸ்ட்ரேஷன் படிக்கவேண்டியதில்லை. உங்கள் வீட்டுக்கு வெளியே எட்டிப் பார்த்தால் போதும்.

உங்கள் வீட்டுக்குப் பக்கத்தில் ஒரு டீக்கடை இருக்கிறது. மம்முட்டி டீ ஸ்டால் என்று பந்தா போர்டு. முதலாளி ராமன் நாயர். அவர் கடையில் ஸ்ட்ராங் டீ குடித்தால் சோம்பல் பறக்கும், மூளை படா சுறுசுறுப்பாகும்.

கொதிக்கும் பாய்லர் பக்கத்தில் நின்றுகொண்டு நாயர்தான் டீ போடுவார். அவர் மனைவி அம்முக்குட்டி கல்லாவில். கஸ்டமர்களுக்கு டீ கொண்டுபோய்க் கொடுக்க, டீ தம்ளர்களைக் கழுவ, எடுபிடி வேலைகளுக்கு சஜோ என்ற பொடியன்.

நாயர் கடையில் என்ன செய்கிறார் என்று ஒரு நாள் கவனியுங்கள். அதிகாலையில் ஆவின் பூத்தில் பால் வாங்குகிறார். அப்புறம் முருகன் ஸ்டோர்ஸில் டீத்தூள், சர்க்கரை வாங்குகிறார். டீ போடு கிறார். வியாபாரம் நடக்கிறது. ராத்திரி கடை மூடுமுன், அவரும் அம்முக்குட்டியும் வரவு செலவுக் கணக்குப் பார்க்கிறார்கள். டீத்தூள், சர்க்கரை பாக்கி இருக்கிறதா, வாங்க வேண்டுமா, எவ்வளவு வாங்க வேண்டும் என்று முடிவு எடுக்கிறார்கள்.

ராமன் நாயர் எதற்கு வியாபாரம் செய்கிறார்? பால் வாங்க, டீத்தூள் வாங்க, சஜோவுக்குச் சம்பளம் தர, கடை வாடகை கொடுக்க, செலவு செய்கிறார். இந்தச் செலவுகள் எல்லாவற்றுக் கும் அதிகமாக அவர் டீ விற்பனை செய்ய வேண்டும். செலவுக்கு அதிகமாக வரும் பணம்தான் நாயரின் லாபம். அவர் உழைப்பது இந்த லாபத்துக்குக்காகத்தான்.

இப்படி சோப்பு, டூத் பேஸ்ட், மளிகை சாமான்கள், உணவுப் பொருள்கள். காய்கறி பழம், செல்போன், டி.வி, மியூஸிக் சிஸ்டம், ஃப்ரிஜ், ஏர்கண்டிஷனர் போன்ற பொருள்களைக் கடைகளில் விற்கிறார்கள். பணம் கொடுத்து அவற்றை வாங்கு கிறோம். இதுவும் வியாபாரம்.

இவை மட்டும்தான் வியாபாரமா?

நீங்கள் கம்ப்யூட்டர் படிக்கப் போகிறீர்கள். இங்கேயும் பணம் கொடுக்கிறீர்கள். என்ன பொருள் வாங்குகிறீர்கள்? படிப்பு, அறிவு. அதுவும் பிஸினஸ்தான்.

இன்ஃபோஸிஸ், விப்ரோ, எச்.சி.எல்., காக்னிஸண்ட் டெக் னாலஜிஸ், போலாரிஸ் எனப் பல மென்பொருள் கம்பெனிகளின் ஊழியர்கள் அடிக்கடி ப்ராஜெக்ட் வேலைக்காக அமெரிக்கா போய் வருகிறார்கள். அமெரிக்க கம்பெனிகளில் பணியாற்று கிறார்கள். இந்த ஊழியர்களின் வேலைக்காக, அந்த ஊழியர்கள் சார்ந்த நிறுவனங்களுக்கு அமெரிக்க கம்பெனிகள் பணம் கொடுக் கின்றன. இந்த இந்திய கம்பெனிகள் அமெரிக்காவுக்கு என்ன விற்றன? கம்யூட்டர் வல்லுநர்களின் திறமையை, உழைப்பை.

கம்ப்யூட்டர் இன்ஸ்டிடியூட்டும், இன்ஃபோஸிஸ் போன்ற நிறுவனங்களும் விற்பது பொருள் அல்ல. சேவை. பொருளாதார ஆசிரியரைக் கேட்டால் அவர் சொல்லுவார், 'வியாபாரம் என்பது லாபம் பண்ணுகிற நோக்கத்தோடு பொருள்களையோ சேவை யையோ விற்பது. கம்பெனி என்பது வியாபார நோக்கத்தோடு ஒன்று அல்லது அதற்கு மேற்பட்டவர்களால் ஏற்படுத்தப்பட்ட அமைப்பு.'

பிஸினஸ் என்றால் என்ன? கம்பெனியின் பல செயல்களையும் ஒருங்கிணைத்து லாபம் பார்ப்பது. பிஸினஸில் அப்படிப் பல வேலைகள் என்ன இருக்கின்றன?

ராமன் நாயர் பிஸினஸைப் பார்ப்போம்.

டீத்தூள். பால், சர்க்கரை எவ்வளவு இருக்கிறது என்று கணக்குப் போடுகிறாரே அது Inventory control.

அவற்றை வாங்குவது பர்ச்சேஸ் (Purchase).

டீ தயாரிப்பது புரொடக்ஷன் (Production).

வாடிக்கையாளர்கள் விரும்பும் ஸ்ட்ராங் டீ கொடுப்பது மார்க் கெட்டிங் (Marketing).

மம்முட்டி டீ ஸ்டால் என்று போர்டு வைத்திருக்கிறாரே, அது அட்வர்டைஸிங் (Advertisng).

அம்முக்குட்டி கல்லாவை நிர்வகிப்பது, வரவு செலவுக் கணக்குப் பார்ப்பது நிதி நிர்வாகம் (Finance Management).

அம்முக்குட்டியும் சஜோவும் சரியாக வேலை பார்க்கிறார்களா என்று நாயர் கவனிக்கிறாரே அது ஊழியர் நிர்வாகம் (Personnel Management).

அத்தனை வேலைகளும் சரியாக நடக்கிறதா என்று நாயர் கண் காணிக்கிறாரே, அது பொது நிர்வாகம் என்கிற General Management.

இவை அத்தனையையும் ஒருங்கிணைத்து லாபம் வர வைக் கிறாரே, இதுதான் பிஸினஸ்.

உங்கள் ஊரில் முருக விலாஸ், கஜப்ரியா, சந்திராபவன், என்றெல் லாம் ஹோட்டல்கள் இருக்குமே? மம்முட்டி டீ ஸ்டாலைவிட அவை பத்து மடங்கு பெரியவை. தமிழகத்திலும், உலகின் பல பாகங்களிலும் கிளைகள் வைத்திருக்கும் சரவண பவன் அண்ணாச்சி ராமன் நாயரைவிட நூறு மடங்கு பெரிய நிர்வாகத் தின் முதலாளி. உலகெங்கும் ஐந்து நட்சத்திர தாஜ் ஹோட்டல்கள் நடத்தும் ரத்தன் டாட்டா ஆயிரம் ராமன் நாயர்களுக்குச் சமம்.

மம்முட்டி டீ ஸ்டாலில் புரொடக்ஷன், மார்க்கெட்டிங், நிதி நிர் வாகம், மனித வள மேம்பாடு, பொது நிர்வாகம் என்ற பிஸினஸின் அத்தனை அங்கங்களும் உண்டு. டாட்டாவின் தாஜ் ஹோட்டல்களிலும் இவை அத்தனையும்தான் உண்டு. என்ன வித்தியாசம்?

அளவு, பிரம்மாண்டம். நாயரிடம் வேலை பார்ப்பது இரண்டே பேர், அம்முக்குட்டி, சஜோ. டாடாவிடம் பத்தாயிரத்துக்கும் மேல். நாயரின் வியாபாரம் ஆயிரக்கணக்கில், தாஜ் ஹோட்டல் வருமானம் ஆயிரம் கோடியில். மம்முட்டி டீ ஸ்டாலுக்கும் தாஜ் ஹோட்டலுக்கும் அடிப்படை பிஸினஸ் அட்மினிஸ்ட்ரேஷன் தத்துவங்கள் ஒன்றேதான்.

டீ ஸ்டாலுக்கும் ஹோட்டலுக்கும் மட்டுமே அல்ல இந்த பிஸினஸ் தத்துவங்கள். மாருதி, கார் தயாரிக்கிறது. இன்ஃபோ ஸிஸ், மென்பொருள் துறையில் இருக்கிறது.

ஹிந்துஸ்தான் லீவர் லக்ஸ், ரெக்ஸோனா சோப்கள், பெப்ஸோ டெண்ட், டூத்பேஸ்ட் தயாரிக்கிறது. முகேஷ் அம்பானியின் ரிலையன்ஸ், பெட்ரோலியம் போன்ற பல துறைகளில் ஈடு பட்டிருக்கிறது. இவர்களுக்கும் நாயருக்கும் அடிப்படை பிஸினஸ் முறைகள் ஒன்றேதாம்.

எனவே, நீங்கள் பொட்டிக்கடை போட்டாலும் சரி, அல்லது அம்பானிக்குப் போட்டியாக பிரம்மாண்டமாகக் களத்தில் குதித்தாலும் சரி, எல்லாமே பிஸினஸ்தான்.

'பிஸினஸ் தொடங்குவதும் ஜெயிப்பதும் பணத்தில் இல்லை, படிப்பில் இல்லை, செல்வாக்கில் இல்லை, குறிப்பிட்ட வயதில் இல்லை, நாம் ஆணா பெண்ணா என்பதில் இல்லை. நம் மனதில் இருக்கிறது' என்கிறார்கள் அனுபவஸ்தர்கள். அப்படி மனதுக் குள் மறைந்திருக்கும் மர்மம் என்ன?

நம்மைச் சுற்றிப் பாருங்கள். மனிதர்களுக்குள் எத்தனை விதங் கள், அவர்கள் நடவடிக்கைகளில் எத்தனை வித்தியாசங்கள்?

ஒரு வீட்டில் கண்ணன், முத்து, கோபால் என்ற மூன்று குழந்தை கள். கண்ணன் தனியார் நிறுவனத்தில் வேலைக்குச் சேர ஆசைப் படுகிறான். முத்துவுக்கு அரசாங்க வேலையில் கலெக்டராகும் கனவு. கோபால் யார் கீழும் வேலை பார்க்க விரும்பவில்லை. சொந்த பிஸினஸ்தான் செய்வேன் என்று ஒற்றைக் காலில் நிற்கிறான். ஒரே வீட்டில், ஒரே சூழ்நிலையில் வளர்ந்த மூவரது வாழ்க்கைக் கனவுகள் ஏன் மூன்று வித்தியாசப் பாதைகளில்?

இன்னும் பல புரியாத புதிர்களை நாம் சந்திக்கிறோம்.

சீதாராம் சென்னை அம்பத்தூரில் கார் உதிரிப் பாகங்கள் தயாரிக் கிறார். முப்பது வருடங்கள் காலை எட்டு மணி முதல் இரவு பத்து மணிவரை, வருடத்தின் 365 நாள்களும், விடுமுறையே எடுக் காமல் ரத்தமும் வியர்வையும் சிந்தி வளர்த்த தொழிற்சாலை. 'முப்பது வருடங்களில் நான் ஃபாக்டரிக்கு ஒரு நாள்கூட வராமல் இருந்ததே கிடையாது. ஜுரம் இருந்தாலும் மாத்திரையை விழுங்கிவிட்டு வேலைக்கு வந்து விடுவேன்' என்பார்.

இன்று டாட்டா, ஹூண்டாய், ஸுஸுக்கி, ஃபோர்டு, டொயொட்டொ எல்லோருமே சீதாராமின் வாடிக்கையாளர்கள். அமெரிக்க ஜெனரல் மோட்டார்ஸும் அவரிடம் உதிரிப் பாகங்கள் வாங்குகிறது. விற்பனை 200 கோடி, ஏற்றுமதி 30 கோடி.

இன்னும் சிகரம் தொட சீதாராமுக்கு ஆசை. ஒரே மகன் அருண். புத்திசாலிப் பையன். அண்ணா பல்கலைக்கழகத்தில் எஞ்சினி யரிங். மேற்படிப்புக்கு அமெரிக்காவில் புகழ் பெற்ற பெர்க்லி பல்கலைக்கழகம் செல்கிறான்.

'அருண், நீ வந்தவுடன் நம் தொழிற்சாலையை விரிவுபடுத்த லாம். ஐந்தே வருடத்தில் ஆயிரம் கோடி விற்பனையைத் தாண்டுவோம்.'

அருணுக்கு அப்பாவின் ஆசைகள் புரிகிறது. ஆனால், சொந்தத் தொழில் செய்ய அவனுக்கு விருப்பமேயில்லை. அமெரிக்கா வின் பன்னாட்டு நிறுவனத்தில் வேலைக்குச் சேருவதுதான் அவனுடைய கனவு, லட்சியம் எல்லாமே.

தன் முடிவைச் சொன்னால் சீதாராம் நொறுங்கிப் போய்விடுவார் என்று அருணுக்குத் தெரியும். ஆனால், சொல்லித்தான் ஆக வேண்டும். சரியான தருணத்துக்காகக் காத்திருக்கிறான்.

இன்னொரு புரியாத புதிர் அனுபவம்.

சென்னை நகரத்தில் வேளச்சேரி பகுதி. தீபா ரமணி என்ற பெண், அரசாங்கச் சத்துணவு மையத்தில் சமையல் வேலை பார்க்கிறார். மாதம் 900 ரூபாய் சம்பளம். அவருக்கு மூத்த இரண்டு பெண்கள், அடுத்து மூன்று ஆண்கள் என்று ஐந்து குழந்தைகள். ஆறு வயிறுகளுக்குச் சாப்பாடு போட வேண்டும், குழந்தைகளைப் படிக்கவைக்க வேண்டும், வயது வந்தவுடன் பெண்களுக்குக் கல்யாணம் செய்து வைக்க வேண்டும்.

செலவுகளை எப்படிச் சமாளிப்பது? தான் வசித்த சேரிப் பகுதியிலேயே இட்லிக் கடை தொடங்கினார். கையேந்தி பவன். மெள்ள மெள்ள வியாபாரம் சூடு பிடித்தது. மாதம் சுமார் ஆயிரம் ரூபாய் வந்தது. சம்பளமும் இந்த வருமானமும் சேர்த்து மாதம் இரண்டாயிரம் ரூபாய். வாயைக் கட்டி, வயிற்றைக் கட்டி, குழந்தைகளை ஆங்கில மீடியப் பள்ளிக் கூடத்தில் சேர்த்தார்.

மகன் சரத்பாபு கெட்டிக்காரன். அம்மாவுக்கு உதவிக்கொண்டே, காஸ் அடுப்பு எரியும் வெளிச்சத்தில் படித்தான். ராஜஸ்தான் பிலானியில் உள்ள புகழ் பெற்ற பிர்லா இன்ஸ்டிட்யூட் ஆஃப் டெக்னாலஜியில் (BITS) எஞ்சினியரிங் படித்தான்.

சென்னையில் போலாரிஸ் மென்பொருள் நிறுவனத்தில் வேலை கிடைத்தது.

மேலே மேலே படிக்க ஆசை. இந்தியன் இன்ஸ்டிட்யூட் ஆஃப் மானேஜ்மெண்டில் எம். பி ஏ படித்தார். மாதம் 70000 ரூபாய் சம்பளத்தில், லட்டு கம்பெனியில் வேலை கிடைத்தது. வருடம் எட்டு லட்சத்து நாற்பதாயிரம் ரூபாய். சத்துணவுக் கூடத்திலும், கையேந்தி பவனிலும், சுட்டெரிக்கும் அடுப்புக்கு முன்னால்

அவர் அம்மா 35 வருடங்கள் முழுதாக உழைத்தால்தான் இந்தத் தொகையைப் பார்க்க முடியும்.

இருந்தாலும் அந்த வேலையை வேண்டாம் என்றார் சரத்பாபு.

காரணம்? அவர் லட்சியம் வேறு. தன் வாழ்க்கையை உருவாக் கிய அம்மாவுக்கு நன்றியாக, அந்தச் சமையல் தொழிலையே பிரம்மாண்டமாய்ச் செய்ய ஆசை.

சரத்பாபுவின் ஃபுட்கிங் காட்டரிங் சர்வீஸ் நிறுவனத்தைத் மார்ச் 2006ல் இன்ஃபோஸிஸ் நாராயணமூர்த்தி தொடங்கி வைத்தார். வங்கியில் கடன் வாங்கிய 15 லட்சம் முதலீடு. 70 ஊழியர்கள்.

பல காண்ட்ராக்டுகள் வந்தன. பல்வேறு நிறுவனங்களில் வேலை பார்க்கும் 15000 பேருக்குத் தினமும் பசி தீர்க்கிறார் சரத்பாபு. முதல் வருட விற்பனை 25 கோடிக்கும் மேல். விரை வில் 500 கோடி விற்பனையை எட்டுவது அவர் குறிக்கோள்.

காத்திருக்கும் சிம்மாசனத்தை உதறி எறியும் கௌதம புத்தராக அருண். தன் சாம்ராஜ்ய எல்லைகளை விரிவாக்க, காணும் நாடுகள் மீதெல்லாம் படையெடுத்த அலெக்ஸாண்டராக சரத் பாபு. இவங்க காரெக்டரையே புரிஞ்சுக்க முடியலியே?

இதேபோல் அமெரிக்காவில் இன்னொரு புதிர். அமெரிக்காவைக் குடியேறியவர்களின் நாடு (Country of Immigrants) என்று அழைக் கிறார்கள். மொத்த மக்கள் தொகை 30 கோடியில் 4 கோடி மக்கள் இந்தியா, கனடா, சீனா, கியூபா, மெக்ஸிகோ, கொரியா, பிலிப் பைன்ஸ், டொமினிகன் ரிபப்ளிக், வியட்நாம் போன்ற வெளிநாடு களிலிருந்து வந்து அமெரிக்காவைத் தங்கள் தாயகமாக்கிக் கொண்டவர்கள். அப்படி வாழும் இந்தியர்கள் 17 லட்சம்.

எல்லா இனத்தவரும் தொழில் தொடங்கும் சுதந்திரம் அமெரிக்கா வில் இருக்கிறது. ஒரு ஆராய்ச்சி நடத்தினார்கள். அமெரிக்காவில் பிறந்து வளர்ந்த குடிமக்களைவிட, வெளி நாடுகளிலிருந்து வந்து குடியேறியவர்களில்தான் அதிக சதவிகிதம் மக்கள் தொழில் தொடங்குகிறார்கள் என்ற உண்மை தெரிய வந்தது.

அமெரிக்காவின் நெடுஞ்சாலைகளில், பல பயணிகள் தங்கும் விடுதிகள் உண்டு. இவற்றை மோட்டல்கள் (Motels) என்று

சொல்வார்கள். அமெரிக்காவில் அதிகமான தங்கும் விடுதிகளை யார் நடத்துகிறார்கள்? நம் நாட்டு குஜராத்திகள். அதிலும் பட்டேல் என்கிற இனத்தவர். (இரும்பு மனிதர் சர்தார் வல்லபாய் பட்டேல் இந்த இனம்தான்.)

அமெரிக்காவில் நாளிதழ்கள் விற்பதில் நம்பர் 1 யார்? அதுவும் குஜராத்திகள், பட்டேல்கள்தாம்.

குடியேறியவர்கள் பற்றிய அமெரிக்க கண்டுபிடிப்பு போல் இந்தியாவிலும் இத்தகைய வரலாறு உண்டு. சிந்திகள் அப்படி ஒரு இனம். 1947ல் இந்தியா சுதந்திரம் பெற்றபோது இந்தியா விலும் பாகிஸ்தானிலும் எழுந்த இனக் கலவரங்களில் தங்கள் சொத்து சுகங்களை இழந்தவர்கள் சிந்திகள். அநாதைகளாக இந்தியாவில் அடைக்கலம் புகுந்தார்கள். தங்கள் உந்துதலால், கடும் உழைப்பால் மாபெரும் நிறுவனங்களை உருவாக்கி யிருக்கிறார்கள்.

ஹிந்துஜா சகோதரர்களின் அஷோக் லேலண்ட், மிர்ச்சந்தானி சகோதரர்களின் ஓனிடா, வீடுகள் கட்டும் தொழிலில் விண் தொடும் ஹிரானந்தானி, நம் நாட்டின் மிகப் பெரிய ஏர் கண்டிஷனர் தயாரிப்பு ப்ளூ ஸ்டார் நிறுவன மோகன் அத்வானி ஆகிய அத்தனை பேரும் சிந்திகள்தாம்.

சிந்திகள்போல் மார்வாடிகள். ரோடு ஓரத்தில் வட்டிக் கடை வைத்திருக்கும் வாசுதேவ் சர்மா முதல் 40000 கோடி சொத்துக் களோடு உலகப் பெரும் பணக்காரர் வரிசையில் 76 வது இடம் வகிக்கும் ஆதித்ய பிர்லா குழுமத் தலைவர் குமார் மங்கலம் பிர்லாவும் மார்வாடிதான்.

இந்த நகைச்சுவை உங்களுக்குத் தெரியுமா?

டென்ஸிங், ஹில்லாரி, எவரெஸ்ட் சிகரத்தில் ஏறிச் சாதித்த முதல் மனிதர்கள். செம குளிர். உடம்பு நடுங்குகிறது. 'சூடாக ஒரு டீ குடித்தால் இதமாக இருக்கும்' என்று டென்ஸிங் நினைக்கிறார்.

'சார் சாயா' - கையில் சுடச் சுட இரண்டு டீ டம்ளர்களோடு மாதவன் நாயர். குருவாயூரப்பன் டீ ஸ்டால் என்று ஆங்கிலம் இந்தி, மலையாளத்தில் எழுதப்பட்ட போர்டு சிரிக்கிறது.

சுமார் ஐம்பது வருடங்களுக்கு முன்னால், திருநெல்வேலி அருகே ஒரு கிராமம். அங்கே சின்னராசு என்ற பத்து வயதுச் சிறுவன். துறுதுறுப்பானவன். எப்போதும் எதையாவது செய்து கொண்டேயிருப்பான். கோடை விடுமுறை. புதிதாக என்ன செய்யலாம்? அவன் மனம் அலைந்தது.

அவன் கிராமத்தில் ஒரு வீட்டில் கல்யாணம். சென்னை, திருச்சி, மதுரை எனப் பல ஊர்களிலிருந்து விருந்தாளிகள் வந்திருந்தார்கள். நிறையக் குழந்தைகள். அவர்கள் அடிக்கடி கடைக்குப் போய் மிட்டாய்கள், சாக்லேட்கள் வாங்குவதைப் பார்த்தான்.

சின்னராசு வீட்டுக்குப் பக்கத்தில் அய்யனார் கடலை மிட்டாய் ஃபாக்டரி என்ற வேர்க்கடலை, பொரிகடலை மிட்டாய்கள் தயாரிக்கும் கம்பெனி இருந்தது. செம டேஸ்ட். அங்கு சில்லறை வியாபாரம் கிடையாது. 24 மிட்டாய்கள் கொண்ட பாக்கெட்டாய் விற்பார்கள். ஒரு பாக்கெட் விலை 4 அணா. (அப்போது ஒரு ரூபாய்க்குப் பதினாறு அணா. ஒரு அணாவுக்கு நாலு கால் அணா. கால் அணாதான் குறைந்த நாணய அளவு.)

சின்னராசு அப்பாவிடம் நாலு அணா கேட்டான். ஒரு பாக்கெட் வேர்க்கடலை மிட்டாய் வாங்கினான். கல்யாண வீட்டுக்குப் போனான். ஒரு மிட்டாய் காலணாவுக்கு விற்றான். சென்னை, திருச்சி, மதுரை போன்ற நகரக் குழந்தைகளுக்குக் கடலை மிட்டாய் அத்தனை பரிச்சயமில்லை. ஒரு மணி நேரத்தில் ஒரு பாக்கெட் விற்றுத் தீர்ந்தது.

மறுபடியும் இன்னொரு பாக்கெட். விறுவிறு விற்பனை. நாலு பாக்கெட்டுகள் ஒரே நாளில் விற்பனை. காலையில் அப்பாவிடம் சின்னராசு வாங்கிய நாலு அணா இப்போது இருபத்து நாலு அணா.

ஒரு வாரம் கடலை மிட்டாய் மட்டுமே வியாபாரம். தினம் கடலை மிட்டாய் மட்டுமே விற்றால் குழந்தைகள் வாங்கத் தயங்கினார்கள். மைசூர்பா, ஜவ்வு மிட்டாய், பிஸ்கட், கேக்கு கள் என்று சின்னராசு தன் வரிசையை விரிவாக்கினான்.

கல்யாணப் பார்ட்டிகள் போன பிறகும் ஊர்ப் பசங்கள் சின்னராசு விடம் வாங்கினார்கள். விடுமுறை முடியும்போது அவன்

கையில் சுளையாக முப்பது ரூபாய். அவனுடைய 4 அணா முதலீடு 120 அணாவாகப் பெருகி விட்டது. அந்தக் காலத்தில் முப்பது ரூபாய் மிகப்பெரிய பணம்.

சின்னராசு படிப்பில் சுமார்தான். ஆனால், விளையாட்டு, நாடகம் எல்லாவற்றிலும் உற்சாகமாகப் பங்கெடுப்பான். அவனுக்கு மிகப் பிடித்த விளையாட்டு பணம் பண்ணுவதுதான். சிவ ராத்திரிக்குப் பலமுறை வீரபாண்டிய கட்டபொம்மன் நாடகம் போட்டிருக்கிறான். ஹீரோ, கதை, வசனம், டைரக்‌ஷன் எல்லாம் அவன்தான். வீடு வீடாகப் போய் டிக்கெட் விற்பான்.

ஒரே ஒரு முறை அவன் கட்டபொம்மனாக நடிக்கவில்லை.. அவனுடைய நண்பன் முத்து 'கட்டபொம்மன் வேஷம் எனக்குக் கொடு, கொடு' என்று கெஞ்சினான்.

'நீ ரெண்டு ரூபா குடுத்தா வேஷம் உனக்குத்தான்.'

சின்னராசு பாக்கெட்டில் ரெண்டு ரூபாய். முத்து ஹீரோவான கதை இது.

சின்னராசு பி. ஏ. படித்தார். அப்புறம் எம். பி. ஏ. படித்தார். இன்று மும்பையில் ஏற்றுமதி இறக்குமதிக் கம்பெனி நடத்துகிறார். பணக்காரர்கள் வசிக்கும் மும்பை மலபார் ஹில்ஸ் பகுதியில் பிரம்மாண்ட ஃப்ளாட். மூன்று கார்கள். அமெரிக்காவில் படித்து முடித்த இரண்டு மகன்கள். வசதியோ வசதி.

சின்னராசு போன்ற சிலர், குஜராத்திகள், சிந்திகள், மார்வாடிகள், மலையாளிகள், நம் ஊர் நாடார்கள், செட்டியார்கள் எனத் தொழில் தொடங்கும் உந்துதல் சிலருக்கு மட்டுமே ஏன் இருக் கிறது? தமிழ்நாட்டிலும் மற்ற எல்லா மாவட்டங்களையும் விடத் தொழில் தொடங்கும் ஆர்வம் கொண்டவர்கள் கோயம்புத்தூர் மாவட்டத்தில்தான் இருக்கிறார்கள் என்று சொல்கிறார்கள்.

இவை குறித்து மனோதத்துவ மேதைகள் ஏராளம் ஆராய்ச்சிகள் செய்திருக்கிறார்கள். அவர்கள் என்ன சொல்கிறார்கள்?

மனித மனத்தில் இரண்டு வகை எண்ண ஓட்டங்கள் உண்டு.

முதல் எண்ண ஓட்டம், நிம்மதி, அமைதி, ஆகியவற்றைத் தேடு கிறது. சண்டை, சச்சரவு ஆகியவை இந்த வகை எண்ணத்துக்குப்

பிடிப்பதில்லை. காலை ஆறு மணிக்கு எழுந்திருக்க வேண்டும், எட்டு மணிக்குக் காலை உணவு, ஒன்பது மணிக்கு ஆபீஸ் பஸ், பத்து மணி முதல் ஒரு மணி வரை செக்கு மாட்டு வேலை, ஒரு மணிக்கு லஞ்ச், ஐந்து மணி வரை மறுபடி வேலை. வீடு, டின்னர், டி. வி. சீரியல். பத்து மணிக்குத் தூக்கம். இந்த நிகழ்ச்சி நிரலில் சின்ன மாற்றம்கூட வரக்கூடாது.

மற்றொரு எண்ண ஓட்டம் நேர் வித்தியாசமானது. இவர்களுக்கு வித்தியாசம்தான் வாழ்க்கையே. ஒவ்வொரு நாளும் ஒவ்வொரு நேரம் விழிக்க வேண்டும். பத்து மணி முதல் ஐந்து வரை பார்க்கும் வேலை கூடவே கூடாது. மலை ஏற வேண்டும், கடலில் அலைகளுக்கு நடுவே நீந்த வேண்டும், வேட்டைக்குப் போக வேண்டும். வாழ்க்கை துணிகரச் செயல்கள், த்ரில் நிறைந்ததாக இருக்க வேண்டும்.

முதல் எண்ண ஓட்டம் அதிகமாக இருக்கிறவர் வேலைக்குப் போகிறார். எல்லா நாள்களும் ஒரே மாதிரியான வாழ்க்கை. சந்தோஷமாக இருக்கிறார். இரண்டாவது எண்ண ஓட்டம் சிலர் மூளைக் கலவையில் அதிகமாகி விடுகிறது. இவர்கள் வேலைக்குப் போக விரும்புவதில்லை. சச்சின், தோனி போன்ற விளையாட்டு வீரர்கள், ஆதிமூலம், எம். எஃப். ஹுசைன் போன்ற ஓவியர்கள், எழுத்தாளர்கள் ஜெயகாந்தன், பால குமாரன், நடிகர்கள் ரஜினி, கமல், இசையமைப்பாளர்கள் இளையராஜா, ஏ.ஆர்.ரஹ்மான் ஆகியோருக்கு இந்த இரண்டா வது எண்ண ஓட்டம் மூளைக் கலவையில் அதிகமாக இருக்க வேண்டும்.

தொழில் தொடங்க ஆசைப்படுவோரும் இப்படித்தான். இவர் களுக்கும் இரண்டாவது எண்ண ஓட்டம் மூளைக் கலவையில் அதிகமாக இருக்கிறது என்கிறார்கள் மனோதத்துவ அறிஞர்கள்.

இந்தக் கலவை ஆளுக்கு ஆள் வேறுபடுவதற்கு மரபு அணுக்கள், நாம் வளரும் சூழ்நிலை, பெற்றோரும் ஆசிரியர்களும் நம் ஆழ்மனத்தில் பதிய வைக்கும் வாழ்க்கைக் குறிக்கோள்கள் (Value Systems) ஆகியவை முக்கிய காரணங்கள் என்பது ஆராய்ச்சி யாளர்களின் மதிப்பீடு.

தொழில் தொடங்குபவர்களின் மனப்போக்கு, சிந்தனை எப்படி வித்தியாசமாக இருக்கும்? தொழில் தொடங்குபவர்களை

ஆங்கிலத்தில் Entrepreneur (என்ட்ரப்ரெனர்) என்று சொல்வார்கள். இந்த வார்த்தையின் அடிப்படை சமஸ்கிருதம் என்று சிலர் சொல்கிறார்கள். மற்றும் சிலர் பிரெஞ்சு மொழி என்று சொல்கிறார்கள்.

சென்னை ஐ. ஐ. டியில் பேராசிரியராக இருக்கும் டாக்டர் சங்கமித்ரா பட்டாச்சார்யா, Entrepreneur வார்த்தை, சமஸ்கிருத அன்ட்டர்பிரேரனா (Anteprerana) என்ற வார்த்தையின் உருமாற்றம் என்கிறார். Anteprerana என்பதற்கு இயல்பான உந்துதல் என்ற பொருள். வருங்காலத்தைக் கற்பனையாக்கிக் காணும் திறமை, செயலாற்றும் திறன், ஊக்கம், தன் கனவில் பிறரைப் பங்கேற்க வைக்கும் பண்பு ஆகியவை அடங்கும் என்கிறார். இது அண்மைக்கால விளக்கம்.

ஆங்கில Entrepreneur என்னும் சொல் Entreprendre என்கிற பிரெஞ்சு மொழிச் சொல்லின் மாற்றம் என்று சொல்கிறார்கள். Entreprendre என்றால் பொறுப்பு மேற்கொள்வது என்று பொருள்.

பிரெஞ்சு மூலம் எப்படி வந்தது? என்ட்ரப்ரெனர் என்ற சொல்லின் தந்தை ரிச்சர்ட் கான்டிலான் (Richard Cantillon) என்ற பொருளாதார மேதை. ஐரிஷ் நாட்டுக்காரரான இவர் வாழ்ந்ததோ பிரான்ஸ் நாட்டில். வியாபாரத்தில் ஈடுபட்டிருப்பவர்களைக் கான்டிலான் இரண்டு வகையினராகப் பிரித்தார். அவர்கள் முறையே ஊழியர்கள், என்ட்ரப்ரெனர்கள்.

ஊழியர்களின் ஊதியம் நிர்ணயிக்கப்பட்டது. மாதம் முழுக்க வேலை பார்த்தால் அவர்களுக்குச் சம்பளத் தொகை நிச்சயமாகக் கிடைக்கும். என்ட்ரப்ரெனர்களுக்கு இப்படி இல்லை. இந்த நிச்சயத் தன்மை கிடையாது. வியாபாரம் நன்றாக நடந்தால் அதிக லாபம் கிடைக்கும். விற்பனையில் சரிவு வந்தால் ஊதியம் குறையும். நஷ்டங்கள் வந்து முதலீடாகப் போட்ட பணத்தையே இழக்க நேரிடலாம். எனவே வேலை செய்தால் பலன் கிடைக்கும் என்கிற உறுதி என்ட்ரப்ரெனருக்குக் கிடையாது.

சர்க்கஸில் ட்ரப்பீஸ் விளையாட்டு பார்த்திருப்பீர்கள். அந்தரத் தில் விளையாடும் ஊஞ்சல் ஆட்டம் இது. இரண்டு ஓரங்களில் ஆண்களும் பெண்களும் கயிறுகளில் தொங்கும் குறுக்குக் கட்டைகளின்மேல் நிற்பார்கள். ஊஞ்சல் ஆட்டம் தொடங்கும்.

வேகமாகக் காற்றில் பாய்ந்து வரும் பெண் தன் கயிற்றைக் கை விடுவார். நம் லப் டப் எகிறும், 'இவர் மறுபக்கத்திலிருந்து வரும் தோழரின் கையைச் சரியாகப் பிடிப்பாரா, மாட்டாரா?' தன் தோழியின் கையைப் பிடிக்க முடியும் என்கிற நம்பிக்கையோடு, தான் பயணம் செய்துவந்த கயிற்றைக் கைவிடுகிறாரே, அந்தப் பெண் எடுத்தது ரிஸ்க்.

நீங்கள் தொழில் தொடங்கப் போகிறீர்களா? நீங்களும் இப்படித் தான் நிஜ வாழ்க்கைக் கழைக்கூத்தாடி விளையாட்டு ஆடப் போகிறீர்கள்.

நீங்கள் படிப்பை முடித்த இளைஞரா? வேலை வேண்டாம், சொந்தத் தொழில் ஆரம்பிக்கலாம் என்று முடிவெடுத்திருக் கிறீர்களா?

உங்கள் கல்லூரித் தோழர்கள் சிலர் வேலைக்குப் போகிறார்கள். மாதம் இருபதாயிரம்வரை சம்பளம். நீங்கள் கம்பெனி தொடங்கு கிறீர்கள். அவர்கள் நால்வரையும்விட அதிகக் கடுமையாக உழைக்கிறீர்கள். உங்களுக்கு வரும் மாத லாபம் நாலாயிரம் ரூபாய்.

நீங்கள் எடுத்திருப்பது ரிஸ்க். அவர்களுடைய இன்றைய சம்பளம் உங்களைவிட நான்கு மடங்கு அதிகம். ஆனால், உங்கள் கம் பெனிக்கு நீங்கள் முதலாளி. நாளை கம்பெனி பிரம்மாண்டமாக வளரும்போது கோடிக் கோடியாக உங்கள் சொந்தக் கல்லாவில் தான் பணம் கொட்டும். அப்புறம், உங்களுக்கு நீங்கள்தான் பாஸ். இந்தச் சுதந்திரத்துக்கு விலையே கிடையாதே?

சரி, நீங்கள் ஒரு நல்ல நிறுவனத்தில் வேலை பார்க்கிறீர்கள். கை நிறையச் சம்பளம். பெரிய வீடு, கார், அடிக்கடி ஐந்து நட்சத்திர ஹோட்டல்களில் சாப்பாடு, தீபாவளி, பொங்கலுக்கு உங்கள் மனைவி ஐந்து லகர விலையில்தான் பட்டுப் புடவை வாங்குவார்.

ஆனால் சொந்தக் காலில் நிற்க, கம்பெனி தொடங்கி நடத்த, நீங்கள் செய்யவேண்டிய சில தியாகங்கள் உண்டு.

★ பெரிய வீடு, கார் ஆகிய வசதிகள் இல்லாமல் வாழ நீங்களும் உங்கள் குடும்பமும் ரெடியா?

★ வேலை அதிகமாக இருக்கும். இரவும் பகலும் உழைக்க வேண்டும். குடும்பத்தோடு ஹோட்டல், சினிமா என்று ஜாலியாகப் போக முடியாது. தயாரா?

★ எல்லா வேலைக்கும் உதவியாளர்களை நம்பாமல் தன் கையே தனக்கு உதவி என்று உங்களால் உழைக்க முடியுமா?

'என்னால் முடியும்' என்று மன உறுதியோடு நீங்கள் முடி வெடுக்கிறீர்களா? சபாஷ். அந்த ட்ரப்பீஸ் பெண்போல் இருந்த வசதிகளை உதறிவிட்டுப் புது முயற்சியில் துணிச்சலோடு இறங்கினீர்களே, நீங்கள் ரிஸ்க் எடுத்திருக்கிறீர்கள்.

ரிஸ்க் எடுப்பது என்றால், இழப்புகளை எதிர்கொள்ளும் தைரியம். இதை ஆங்கிலத்தில் Risk taking என்று சொல்கிறார்கள். தொழில் தொடங்குபவர்களை மற்றவர்களிடமிருந்து வேறு படுத்திக் காட்டும் தனித்துவக் குணம் இதுதான்.

தான் நடத்தும் தொழிலின் பலாபலன்களான லாபத்தையும் இழப்பையும் முதலாளி ஏற்கிறான். தன் லாபம் பெருக இவர்கள் எடுக்கும் முயற்சிகள், புகுத்தும் புதுமைகள், ஆகியவற்றால்தான் முதலாளிகள் வளர்கிறார்கள், அவர் களுடைய ஊழியர்கள், சமுதாயம், நாடு ஆகியவை வளர் கின்றன, உயர்கின்றன.

பண வசதிகள் இல்லாமல் ரிஸ்க் எடுக்கும் மனத் துணிச்சல் மட்டுமே ,இருந்தால் ஜெயிக்க முடியுமா?

'முடியும்' என்று உறுதியாகச் சொல்கிறார் மோகன் சிங் ஒபராய். ஐம்பது ரூபாய் சம்பளத்தில் வாழ்க்கையைத் தொடங்கி, இந்தியா, எகிப்து, மரீஷியஸ், சவுதி அரேபியா ஆகிய நாடுகளில் 19 ஐந்து நட்சத்திர ஹோட்டல் சாம்ராஜ்யம் நிறுவியவர். ஸிம்லா நகரில் கிளார்க்ஸ் (Clarkes) என்ற ஹோட்டலில் கிளார்க் வேலையில் சேர்ந்தார். பன்னிரண்டு வருடம் அங்கே அனுபவம். ஒபராய் வெறும் சம்பளத்துக்காக வேலை பார்க்கவில்லை. வெந்நீர் சுடவைக்கும் பாய்லர் போடுவதுமுதல் ரெஸ்ட்டாரன்ட் சாப்பாடு ஸர்வீஸ்வரை அத்தனை விவரங்களையும், ஹோட்டல் தொழிலின் அத்தனை நெளிவு சுளிவுகளையும் கற்றுக் கொண்டார்.

ஹோட்டல் அதிபர் கிளார்க் இங்கிலாந்து நாட்டுக்காரர். ஹோட்டலை விற்றுவிட்டுத் தாய்நாடு திரும்ப முடிவெடுத்தார். அவர் குறித்த விலை இருபதாயிரம் ரூபாய். ஹோட்டலை வெற்றிகரமாக நடத்த முடியும் என்ற உறுதியான நம்பிக்கை ஒபராய்க்கு இருந்தது. ரிஸ்க் எடுக்க முடிவெடுத்தார். மனைவி யின் எல்லா நகைகளையும் விற்றார். துணிந்து கடன் வாங்கி னார். ஒபராயின் அனுபவ அறிவில் ஹோட்டல் லாபகரமாக நடந்தது.

இப்போது வந்தது இன்னொரு வாய்ப்பு. 1934ல் கொல்கத்தா நகரில் காலரா நோய் பரவியது. ஊரை விட்டு மக்கள் ஓடினார்கள். மிகப் பெரிய ஹோட்டல்கள் மூடப்பட்டன. கொல்கத்தாவில் கிராண்ட் ஹோட்டல் பாரம்பரியமும் புகழும் கொண்டது. வியாபாரம் படுத்துவிட்டதால் ஹோட்டலை வாடகைக்கு விட உரிமை யாளர்கள் முடிவெடுத்தார்கள். மாத வாடகை ஏழாயிரம் ரூபாய்.

ஒபராய் எடுத்த இன்னொரு ரிஸ்க். கிராண்ட் ஹோட்டலை வாடகைக்கு எடுக்க ஒப்பந்தம் போட்டார். முட்டாள்தனம் செய்துவிட்டதாக ஒபராயின் 'நண்பர்கள்' அவரைக் கேலி செய்தார்கள்.

ஹனிமூன் ஜோடிகள், ஜாலி டிரிப் அடிப்பவர்கள். காலரா இருக்கும் கொல்கத்தாவுக்கா வருவார்கள்? விற்பனைப் பிரதிநிதிகள், வியாபாரிகள் போன்றோர் வந்தார்கள். வந்த சிலருக்கு ஒபராய் அதிக வசதிகள் செய்துகொடுத்தார். அந்த விருந்தாளிகளோ, அவர்களின் சுற்றமும் நட்பும் கொல்கத்தா வந்தால், தங்கியது கிராண்ட் ஹோட்டலில். 'மனுஷன் நம்மளை ராஜாமாதிரி நடத்துறான்.'

வந்தது இன்னொரு சோதனை. இரண்டாம் உலகப் போர் மூண் டது. சுற்றுலாப் பயணிகளின் வரத்தே இல்லாமல் ஹோட்டல் களுக்கு மரண அடி. இந்தப் பேரிடியை ஒபராய் கையாண்ட விதம் சூப்பர் ஸிக்ஸர்.

உலகப் போருக்காக இந்தியா வந்திருந்த பிரிட்டிஷ் படையினர் தங்குவதற்கு ஏராளமான அறைகள் தேவைப்பட்டன. சல்லிசான வாடகைக்குக் கிராண்ட் ஹோட்டல் அறைகளை அவர்களுக்கு வாடகைக்குக் கொடுத்தார். சில்லறைக்குச் சில்லறை, அரசாங்கத்தோடு தொடர்பு, செல்வாக்கு.

கிளார்க் ஹோட்டல் விலைக்கு வாங்கியது, கிராண்ட் ஹோட்டலை வாடகைக்கு எடுத்தது. இரண்டுமே ஒபராய் எடுத்த ரிஸ்க். இரண்டு திருப்பு முனைகளிலும் அவர் வெற்றி பெற்றார். பிறகு அவருக்கு ஒரே ஏறுமுகம்தான்.

ஒபராய்போல் ரிஸ்க் எடுக்கும் குணம், தைரியம், உங்களிடம் இருக்கிறதா? நீங்கள் இன்று ஊழியராக இருக்கலாம், அல்லது தொழில் அதிபராக இருக்கலாம். மனத்தால், நீங்கள் தொழிலாளியா, எஜமானா? இதோ ஒரு சின்ன டெஸ்ட். இருபதே இருபது கேள்விகள். மிக மிக ஈஸியான டெஸ்ட். 'ஆமாம்'' அல்லது 'இல்லை' என்று இரண்டு பதில்கள் உள்ளன. உங்கள் எண்ணத்தோடு எந்தப் பதில் ஒத்துப் போகிறதோ, அதில் டிக் செய்யுங்கள்.

இந்த டெஸ்ட் எழுத என்ன தேவை? பதிலில் நேர்மை, பத்தே பத்து நிமிடங்கள். இதோ கேள்விகள்.

1. மாணவப் பருவத்தில் உங்கள் ரேங்க் 1-5க்குள் இருக்குமா?

    ஆமாம் / இல்லை

2. பள்ளி, கல்லூரி நாள்களில் நீங்கள் பெரும்பாலும் குழு சார்ந்த செயல்களில் பங்கேற்பீர்கள். தனிமையில் இனிமை காணமாட்டீர்கள்.

    ஆமாம் / இல்லை

3. மாணவப் பருவத்தில் நீங்கள் பிஸினஸ் செய்த அனுபவம் உண்டா?

    ஆமாம் / இல்லை

4. பள்ளிக்கூட நாள்களில் பதவிகளுக்காகத் தேர்தலில் போட்டியிட்டிருக்கிறீர்களா?

    ஆமாம் / இல்லை

5. குழந்தைப் பருவத்தில் நீங்கள் பிடிவாதம் பிடிப்பவரா?

    ஆமாம் / இல்லை

6. 'எந்தச் செயலிலும் ஜாக்கிரதையானவன்' என்று பெற்றோரோ, ஆசிரியர்களோ உங்களை அடிக்கடி பாராட்டிய துண்டா?

    ஆமாம் / இல்லை

7. உங்கள் நண்பர் கண்ணன். இவரிடம் ஒரு பழக்கம். திருநெல்
வேலி போனால் இருட்டுக் கடை அல்வா சாப்பிட்டேயாக
வேண்டும், மணப்பாறையில் முறுக்கு, மதுரையில் ஜிகிர்
தண்டா. உங்கள் கணக்குப்படி கண்ணன் ஒரு சாப்பாட்டு
ராமன்.

ஆமாம் / இல்லை

8. மற்றவர்கள் நம்மைப்பற்றி என்ன நினைப்பார்கள் என்று
கவலைப்படுவீர்களா?

ஆமாம் / இல்லை

9. உங்களுக்கு இட்லி சாம்பார் மிகவும் பிடிக்கும். தினமும்
காலை உணவு அதுதான். அலுவலக வேலையாக மும்பை
போகிறீர்கள். கான்டீனில் இட்டிலி சாம்பார், ஆலு
பரோட்டா இரண்டுமே கிடைக்கின்றன. நீங்கள் ஆலு
பரோட்டா ஆர்டர் செய்வீர்கள்.

ஆமாம் / இல்லை

10. டி.வி.யில் உங்களுக்குப் பிடித்த சினிமா பார்த்துக் கொண்டு
இருக்கிறீர்கள். தூக்கம் வருகிறது. சினிமா முடியும்வரை
சிரமத்தோடு கண் விழிப்பீர்கள்.

ஆமாம் / இல்லை

11. உங்களுக்குப் பிடித்த பல வேலைகள் பாக்கி இருக்கின்றன.
நேரத் தட்டுப்பாடு. ஒவ்வொரு வேலை முடிந்த பின்னும்
ஓய்வு அல்லது குட்டித்தூக்கம் உண்டா?

ஆமாம் / இல்லை

12. சேமிப்பில் பணம் வைத்திருக்கிறீர்கள். பிஸினஸ் வாய்ப்பு
வருகிறது. வங்கியில் கடன் கேட்டிருக்கிறீர்கள். கடன்
வரத் தாமதமாகிறது. சேமிப்பை பிஸினஸில் போடு
வீர்களா?

ஆமாம் / இல்லை

13. கடன் வாங்குவது கெட்ட பழக்கம். கடன் வாங்கவே
கூடாது.

ஆமாம் / இல்லை

14. நீங்கள் நடத்தும் பிஸினஸ் நஷ்டமாகிவிட்டது. நஷ்டம் நீடிக்கும் நிலை. மனம் தளர்ந்து போவீர்களா?

ஆமாம் / இல்லை

15. நீங்கள் நடத்தும் பிஸினஸில் நஷ்டம் தொடரும் நிலையில் வேலை தேடத் தொடங்குவீர்களா?

ஆமாம் / இல்லை

16. பிஸினஸ் நடத்துவது ரிஸ்க்கானது என்று நீங்கள் நினைக் கிறீர்கள்.

ஆமாம் / இல்லை

17. அடுத்த மூன்று மாதங்களுக்குள் என்னென்ன செய்ய வேண்டும், அடுத்த ஐந்து, பத்து வருடங்களுக்குள் என் னென்ன செய்ய வேண்டும் என்று எழுதி வைப்பது சுத்த வேஸ்ட் வேலை.

ஆமாம் / இல்லை

18. பண ஆசை மனிதனின் கெட்ட குணங்களில் ஒன்று.

ஆமாம் / இல்லை

19. அடிக்கடி உங்களுக்கு போர் அடிக்கும்.

ஆமாம் / இல்லை

20. நண்பரைப் பார்க்க அவர் வீட்டுக்குப் போகும்போதெல்லாம் உங்கள் மனது சொல்லும், 'அவன் நிச்சயமாக வீட்டில் இருக்கமாட்டான்.'

ஆமாம் / இல்லை

விடைகளுக்கான மார்க்

கேள்வி எண்	ஆமாம்	இல்லை
1	- 4	4
2	- 1	1
3	2	- 2
4	4	- 4
5	1	- 1

6	- 4	4
7	- 1	1
8	- 1	1
9	2	- 2
10	2	- 2
11	4	- 4
12	2	- 2
13	- 2	2
14	- 2	2
15	- 2	2
16	- 2	2
17	- 1	1
18	- 4	4
19	2	- 2
20	- 2	2

என்ன மார்க் வாங்கினீர்கள்? உங்கள் மார்க் என்ன சொல்கிறது?

35 - 48 : முதலாளியாவதற்கே பிறந்தவர் நீங்கள்.

15 - 34 : நீங்கள் சொந்தத் தொழிலில் ஜெயிக்கும் வாய்ப்பு மிக அதிகம். நம்பிக்கையோடு முயற்சி எடுங்கள்.

0 - 14 : நீங்கள் தொழில் தொடங்க வேண்டுமானால். உங்கள் மனப்போக்கில் மாற்றமும், கடும் உழைப்பும் தேவை.

இந்த டெஸ்ட்டில் பதினான்குக்கும் குறைவான மார்க் வாங்கி யிருக்கிறீர்களா? 'நாம் அம்போ. பிஸினஸ் தொடங்கவே முடியாது' என்று முடிவு கட்டாதீர்கள். உங்களிடம் தொழில் தொடங்கும் திறமை இல்லை என்று இந்த டெஸ்ட் சொல்ல வில்லை, நிர்வாகச் சாமர்த்தியம் உங்களிடம் இல்லை என்று சொல்லவில்லை, வாழ்க்கை முழுக்கப் பிறரிடம் கைகட்டி வேலை பார்க்கத்தான் நீ லாயக்கு என்று சுப்ரீம் கோர்ட்டாகத் தீர்ப்பு எழுதவில்லை. இந்த டெஸ்ட்டின் கம்மி மார்க் சொல்வ தெல்லாம், 'தொழில் தொடங்க வேண்டுமானால், நீங்கள் உங்கள்

மனப்பாங்கை மாற்றிக் கொள்ளவேண்டும்' என்கிற கனிவான எச்சரிக்கை மட்டுமே!

மனப்பாங்கை மாற்றுவதற்கு நாம் என்ன செய்யவேண்டும்? தொழில் தொடங்கியவர்களின் அனுபவங்களை அறிய வேண்டும். அவர்களின் வெற்றிகள், தோல்விகளை ஆராய வேண்டும். அவர்களை முன்னேறவைத்த குணநலன்கள் எவை, பலவீனங்கள் எவை, தங்கள் குறைகளை அவர்கள் எப்படி ஜெயித்தார்கள் என்று தெரிந்துகொள்ள வேண்டும்.

பல நூறு ஆண்டுகளுக்கு முன்னால், காட்டில் ஒரு குரு வசித்து வந்தார். அவருடைய குருகுலத்தில் பல மாணவர்கள். அவரிடம் ஒரு நாள் மாணவன் கேள்வி கேட்டான். 'குருவே, அறிவும் (Knowledge), விவேகமும் (Wisdom) ஒன்றுதானா, அல்லது அவற்றுள் வித்தியாசம் இருக்கிறதா?'

குரு சொன்னார், 'பிரச்னைகளை முறியடித்து வெற்றி காண்பது அறிவு. அந்தப் பிரச்னைகளே வராதபடி முன்னெச்சரிக்கையாக இருப்பது விவேகம்.'

தானே துன்பங்களை அனுபவித்து அவற்றிலிருந்து பாடம் கற் பவன் அறிவாளி. பிறர் அனுபவங்களிலிருந்து எதை எடுக்கலாம், எதை விடுக்கலாம் என்று தெரிந்து கொள்பவன் விவேகி.'

நீங்கள் யார், அறிவாளியா? விவேகியா?

நீங்கள் ஒரு விவேகி! உங்களுக்குத் தெரியும், பிஸினஸ் தொடங்க, ஜெயிக்க, பணம் வேண்டாம், படிப்பு வேண்டாம், கண்டு பிடிப்புத் திறமை வேண்டாம், செல்வாக்கு கொண்ட சொந்தங் களோ நண்பர்களோ வேண்டாம், குறிப்பிட்ட வயது வேண் டாம், ஆணோ பெண்ணோ யாராகவும் இருக்கலாம். ஆனால், வேண்டியவை இவைதாம்:

★   ரிஸ்க் எடுக்கும் துணிச்சல்

★   தெளிவான இலக்கு

★   கடும் உழைப்பு

★   புதுமை வெறி

★   நிர்வாகத் திறமை

இந்தக் குணங்கள் எல்லாம் உங்களிடம் இருக்கிறதா? வாழ்த்துகள்.

இந்தக் குணங்களில் சிலவோ, பலவோ உங்களிடம் இல்லையா? கவலையேபடாதீர்கள். இவை ஒன்றுமே அணுகுண்டு தயாரிக்கும், ராக்கெட் விடும் ரகசியங்கள் அல்ல. சித்திரமும் கைப் பழக்கம், செய்திறனும் மனப் பழக்கம். பழகுவோம் வாருங்கள்.

3

ஐடியா வாங்கலியோ, ஐடியா!

நீங்கள் தொழில் தொடங்க, முதலாளியாக, ஆசைப்படுகிறீர்கள். எதற்காகத் தொழில் தொடங்க ஆசைப்படுகிறீர்கள் என்பதை நீங்கள் முதலில் தெளிவாகத் தெரிந்துகொள்ள வேண்டும்.

தொழில் அதிபர்களில் பெரும் பணக்காரர்கள் மேல்தான் அடிக்கடி மீடியா வெளிச்சம் விழுகிறது. அதனால், கோடிக் கோடியாகப் பணம் சேர்க்கும் ஆசைதான் தொழில் தொடங்கக் காரணம் என்று நினைக்கிறோம். இது அரைகுறை உண்மைதான். தொழில் தொடங்கப் பல காரணங்கள்.

ஒவ்வொருவருக்கும் ஒவ்வொரு காரணங்கள்.

ராஜா. ஊர் நாகர்கோவில் அருகே முட்டம் கிராமம். அழகான கடற்கரை. ஊரில் ஏகதேசம் எல்லோருக்குமே மீன் பிடித்தல்தான்

தொழில். அவர்களிடமிருந்து மீனை வாங்கிக் கொண்டு தினமும் படியளக்கும் 'தெய்வம்' பால்ராஜ். ராஜாவின் அப்பா முனுசாமி, பால்ராஜ் வீட்டு வேலைக்காரர். கை நிறையச் சம்பளம் மட்டுமல்ல, நாள் முழுக்க அதட்டல்கள் மிரட்டல்கள், திட்டு எல்லாம் தாராளமாகவே கொடுப்பார் பால்ராஜ்.

சின்ன வயதில் ராஜாவை இரண்டு நிகழ்ச்சிகள் மிகவும் பாதித்தன.

முதல் நிகழ்ச்சி. பால்ராஜ் வீட்டில் குழந்தையின் தங்கச் சங்கிலி திருட்டுப் போனது. இத்தனை வருடம் விசுவாசமாக இருக் கிறானே என்று நினைத்தும் பார்க்காமல், முனுசாமியையும் போலீஸ் விசாரிக்கப் பால்ராஜ் குடும்பம் அனுமதித்தார்கள். அந்தச் சங்கிலி வீட்டிலேயே கிடைத்ததும், தன் அவமானத்தை மறந்துவிட்டு வயிற்றுக் கொடுமையால் அடுத்தநாளே அவர்கள் வீட்டு வேலைக்கு முனுசாமி போனதும் இன்னொரு கதை.

இரண்டாவது நிகழ்ச்சி. பால்ராஜ் மகன் விஜய், ராஜாவின் கிளாஸ் மேட். 'டே முனுசாமி, தண்ணி கொண்டு வாடா' என்று அப்பாவின் வயதுக்குக்கூட மதிப்புக் கொடுக்காமல் அவரை விஜய் கட்டளை இடுவது.

கடற்கரையில் பெரிய பெரிய பாறைகள். அலைகள் அவற்றின் மேல் வந்து மோதும், கடலுக்குள் போகும், மறுபடி உயர்ந்து வரும். பாறைமேல் உட்கார்ந்திருப்பான் ராஜா. அலைகளின் அழகை ரசிக்க அல்ல, அவன் மனத்தில் ஆயிரம் ஆயிரம் எண்ண அலைகள் எதிர்மோதும்.

'பால்ராஜைவிடப் பெரிய முதலாளியாக வேண்டும். ஊரையே தன்னை அண்ணாந்து பார்க்க வைக்க வேண்டும். பல நூறு பேர் தன் கீழ் வேலை பார்க்கவேண்டும். அப்பா முனுசாமியின் கட்டளைகளை நிறைவேற்றவே தனியாகப் பத்துப் பேர்.'

கேசவன் சேலத்தில் மின் வாரியத்தில் வேலை பார்த்தார். அவர் அப்பா விட்டுப்போன மூன்று வீடுகள். அந்த வாடகை வருமான மும் உண்டு. ஒருநாள் வேலையை விட்டார். தன் வீட்டின் ஒரு புறத்தில் பொட்டிக்கடை திறந்தார். சுமாரான வருமானம். சம்பளத்தைவிட ரொம்பக் குறைச்சல்தான். ஆனால், சந்தோஷ மாக இருக்கிறார். 'நான் ரொம்ப சுதந்தரமானவன். ஆபீஸே என்னை நல்லாத்தான் நடத்தினாங்க. ஆனா, வருமானம்

குறைவா இருந்தாலும் எனக்கு நானே முதலாளியா இருக்கணும். அதுதான் வேலையை விட்டுட்டேன்.'

ராஜா தொழில் அதிபராவது சமூகத்தின் அங்கீகாரம் பெறும் ஆசையில். கேசவனோ சுதந்திரப் பறவையாக வாழ விரும்பு கிறார், சொந்தத் தொழிலைத் தேர்ந்தெடுக்கிறார். இப்படி பல வித்தியாசமான காரணங்கள்.

ராஜாவும் கேசவனும் பிஸினஸில் ஜெயிப்பார்கள். ஏனென்றால் எதற்காகத் தொழில் தொடங்குகிறோம் என்று அவர்களுக்குத் தெரியும்.

தொழில் தொடங்குபவர்கள் எல்லோரும் எதற்காக இந்த முயற்சியில் இறங்குகிறோம் என்ற தெளிவான எண்ணத்துடன் தான் களத்தில் குதிப்பார்கள் என்று நினைக்கிறீர்களா? 'இல்லை. சுமார் பத்தே பத்து சதவிகிதம் பேர்தான் சிந்தித்துச் செயலில் இறங்குகிறார்கள்' என்கிறார், முப்பது ஆண்டுகளுக்கும் மேலாகப் பல நிறுவனங்களுக்கு நிர்வாகத்துறை ஆலோசகராகப் பணியாற்றி வரும் நண்பர் சதாசிவம். தன் கருத்துகள் பிறருக்குப் பிடிக்கிறதா, பிடிக்கவில்லையா என்று கவலைப்படாமல் வெளிப்படையாகப் பேசும் மனிதர்.

பிஸினஸ் தொடங்கும் ஆசையோடு தன்னிடம் வரும் எல்லோரிட மும் அவர் கேட்கும் முதல் கேள்வி இதுதான், 'நீங்கள் எதற்காகத் தொழில் தொடங்க விரும்புகிறீர்கள்?'

'ஏறத்தாழ எல்லோருடைய பதிலும் சிறுபிள்ளைத்தனமாக இருக்கும்' என்கிறார் சதாசிவம்.

முதலில் ஆனந்தின் பதில். 'பத்து வருடங்களாக ஒரே கம்பெனி யில் வேலை. உயிரைக் கொடுத்து உழைத்தாலும் சிடுசிடுக்கிற மேனேஜர். வருடா வருடம் பிச்சாத்து ஊதிய உயர்வு. வேலை பார்த்தது போதும் என்று முடிவு பண்ணிவிட்டேன்.'

'கம்பெனி பிடிக்காவிட்டால் வேறு கம்பெனியில் வேலை தேட வேண்டியதுதானே?'

'வேறு வேலையே கிடைக்கலே சார்.'

'மிஸ்டர் ஆனந்த், அப்போ உங்களிடம் திறமை குறைவாக இருக்கிறது. உங்கள் திறமையை வளர்த்துக் கொள்ளுங்கள்.

வேலை கிடைக்கவில்லை என்ற ஒரே காரணத்துக்காக பிஸினஸ் தொடங்கினால் நீங்கள் ஜெயிப்பது கஷ்டம்.'

அடுத்து ரமணி. 'இப்போ வங்கிகளில் ஈஸியா லோன் கொடுக் கிறாங்க. என் ஃப்ரண்ட்ஸ் பரத், ராபர்ட், முகுந்த் எல்லோரும் யூனிட் போட்டிருக்காங்க.'

சதாசிவத்தின் அதிரடி பதில், 'ரமணி, வங்கி இன்றைக்குக் கடன் கொடுப்பாங்க. வட்டியோட நீங்கதான் திருப்பிக் கொடுக்கணும். குடுக்காட்டி பாங்க் லாடம் கட்டிடுவாங்க. தெரியுமா?'

சதாசிவம் சொல்லுவார், 'நிறையப்பேர் செம்மறி ஆட்டுக் கூட்டம். சுயமாச் சிந்திக்கிறதே கிடையாது. திருபாய் அம்பானி ஜெயித்தார், பில் கேட்ஸ் கோடிக் கோடியாய்ச் சம்பாதிக்கிறார், லட்சுமி மிட்டல் உலகம் முழுக்க இரும்பு ஆலைகளை வாங்கு கிறார், நாராயண மூர்த்தியைப் பார்த்து நாடே வியக்கிறது. நானும் தொழில் அதிபர் ஆவேன் என்று புலியைப் பார்த்து சூடு போட்டுக்கொள்ளும் பூனைகள்.'

நீங்கள் நிச்சயமாக, செம்மறியாடு இல்லை, சூடு போட்டுக் கொள்ளும் பூனையில்லை. ஆகவே, குமார் போல், ராஜா போல், கேசவன்போல் உங்களுக்கும் தொழில் தொடங்குவதற்கான உங்களுக்கேயான காரணங்கள் இருக்கவேண்டும். தொழில் தொடங்க முதல் வேலை, இந்தக் காரணங்களை நீங்கள் கண்டறியவேண்டும். 'என்னை எனக்குத் தெரியாதா?' என்று அலட்டாதீர்கள். இந்தக் கதையைக் கேளுங்கள்.

அது ஒரு சின்ன ஊர். ஒரு கிராமத்துக்கும் நகரத்துக்கும் நடுவே இருந்தது. அங்கே பெரிய சந்தை. கிராமத்துக் காய்கறிகளை வாங்க நகரத்து மக்களும், பட்டணத்துப் பொருள்களை வாங்க கிராமத்துக்காரர்களும் சந்தைக்கு வருவார்கள்.

சந்தையின் ஓரத்தில் மாட்டு வண்டிகளை நிறுத்தத் தனியான இடம். அங்கே இருந்த ஆலமரத்தின் நிழலில் ஒரு பிச்சைக்காரன் உட்கார்ந்திருப்பான். அவனுக்கு அதுதான் வீடு. பல வருடங் களாக அவன் அங்கே இருந்தான். ஆனாலும், அவன் ஊர் எது, அவனுக்குச் சொந்தம், குடும்பம் எல்லாம் உண்டா, என்று ஒருவருக்கும் தெரியாது.

அவன் ஒருவரிடமும் பிச்சை கேட்க மாட்டான். ஏன், அவன் பேசுவதையே ஒருவரும் கேட்டது கிடையாது. ஆனால், எல்லோரும் அவனுக்குப் பிச்சை போடுவார்கள்.

ஒருநாள் காலை சந்தை ஆரம்பித்தது. எல்லா நாள்களும் உட்கார்ந்து கொண்டிருக்கும் அவன் படுத்திருந்தான். பக்கத்தில் போய்ப் பார்த்தார்கள். அவன் இறந்து போயிருந்தான்.

அவன் வாழ்ந்த அந்த இடத்திலேயே அவனைப் புதைக்க முடிவு செய்தார்கள். குழி தோண்ட ஆரம்பித்தார்கள். சுமார் பத்து அடி தோண்டியபோது 'டங்' என்ற சப்தம் கேட்டது.

மண்வெட்டி குழிக்குள் இருந்த ஒரு செம்புப் பானையில் மோதிய சப்தம். பானையை வெளியில் எடுத்தார்கள். பானை நிறையத் தங்கக் காசுகள். தன் காலுக்கு அடியிலேயே புதையல் இருப்பது தெரியாமல், தன் வாழ்க்கை முழுக்கப் பிச்சை எடுத்த அவன் எவ்வளவு பெரிய முட்டாள்?

நீங்களும், நானும்கூட அவனைப்போல முட்டாள்களாக இருக் கலாம். தங்கக் காசு மட்டும்தான் புதையலா? நம் திறமை தங்கத்தைவிட அதிக மதிப்புள்ள புதையல், ஒரு பானை அல்ல, ஓராயிரம் பானைகள் தங்கம் சம்பாதிக்கும் சக்தி கொண்ட புதையல்.

லட்சத்தில், கோடியில் ஒரு சிலரே தம் திறமைகளை அடை யாளம் கண்டு, அவற்றைப் பயன்படுத்தி, வெற்றி காண்பதாக வரலாறு கூறுகிறது.

'நம்மில் பெரும்பாலானோர் முட்டாள்கள். நம்மை நமக்குத் தெரியாது' என்று சொல்கிறார்கள் மனோதத்துவ அறிஞர்கள். மறுக்கிறீர்கள் என்றால் இந்த ஏழு கேள்விகளுக்கு உண்மையாகப் பதில் சொல்லுங்கள் பார்க்கலாம்.

1. உங்கள் பலங்கள் என்ன? மற்றவர்களிடம் இல்லாத தனித் திறமை உங்களிடம் என்ன இருக்கிறது?

2. உங்கள் பலவீனங்கள் என்ன?

3. உங்களுக்குச் சந்தோஷம் தரும் விஷயங்கள் என்னென்ன? எந்த வேலை செய்யும்போது உங்களுக்கு அளவில்லாத சந்தோஷம் கிடைக்கிறது?

4. எந்த வேலை செய்ய உங்களுக்குப் பிடிக்காது?

5. உங்களுக்கு வருத்தம் தரும் விஷயங்கள் என்னென்ன?

6. உங்கள் வாழ்க்கையில் ஒரே ஒரு சாதனை செய்ய வேண்டு மானால், அது என்ன?

7. ஏன் முதலாளியாக ஆசைப்படுகிறீர்கள்?

என்ன, எல்லாக் கேள்விகளுக்கும் பதில் சொல்லிட்டீங்களா? நிஜமாவா? கை குடுங்க சார். நீங்க அதிசயப் பிறவி அல்லது அண்டப் புளுகர்.

தெளிவாகப் பதில் தெரியவில்லையா? கவலையேபடாதீர்கள். இந்த நேர்மையே உங்கள் முன்னேற்றத்துக்கு முதற்படி. உங்க ளுக்குள் தேடுங்கள். நிச்சயம் பதில்கள் கிடைக்கும்.

உங்கள் பலங்கள், பலவீனங்கள், திறமைகள், வாழ்க்கையில் உங்களுக்கு என்ன வேண்டும், என்ன வேண்டாம், எவை சந்தோஷம் தரும் என்று கண்டுபிடித்துவிட்டீர்கள்.

நீங்கள் விரும்புகிற துறையை வாழ்க்கைப் பாதையாகத் தேர்ந் தெடுத்தால் வேலைச் சுமையே சுவையாகும். தேர்ந்தெடுக்கும் தொழிலில் ஜெயிக்க வேண்டுமென்றால், அந்தத் தொழில்மீது உங்களுக்கு அளவு கடந்த அன்பு, காதல் இருக்கவேண்டும்.

நீங்கள் இந்தக் கதை கேட்டிருப்பீர்கள்.

மலை அடிவாரத்தில் மூன்று பேர் கல் உடைத்துக் கொண்டிருந் தார்கள். அந்த வழியாகப் போன ஒருவர் அவர்களிடம் கேட்டார், 'நீங்கள் என்ன செய்துகொண்டிருக்கிறீர்கள்?'

முதல் ஆள் சொன்னான், 'வீட்டுச் செலவுக்குப் பணம் வேண்டும். ஏதோ வேலை பார்க்கவேண்டும். கல் உடைக்கிறேன்.'

அடுத்தவன் பதில் கொடுத்தான், 'பக்கத்து ஊரில் ஏதோ பணக் காரர் கட்டடம்

கட்டுகிறாராம். அதற்கு இந்தக் கல்லை வாங்குகிறார்.'

மூன்றாவது ஆள் சொன்னான், 'பக்கத்து ஊரில் கோயில் கட்டு கிறார்கள். இந்தக் கற்களை வைத்துத்தான் சாமி சிலைகள் செய்யப் போகிறார்கள்.'

மூன்று பேரும் செய்தது ஒரே வேலைதான். ஆனால், மூன்றாவது ஆள் மற்ற இரண்டு பேரையும்விட சந்தோஷமாக இருந்தான். மற்றவர்களைவிட அதிகக் கற்களை உடைத்தான். இதனால் அவனுக்கு அதிகச் சம்பளமும் கிடைத்தது.

ஏன்?

அவனுக்கு அந்த வேலை பிடித்திருந்தது. 'என் திறமைகள், பலங்கள், பலவீனங்கள், விருப்பங்கள் எனக்குத் தெரிந்து விட்டன. இதற்கு ஏற்றபடி என்னென்ன தொழில்கள் தொடங் கலாம்?' என்ற கேள்வி இப்போது வரும். இந்த ஐடியா எங்கிருந்து கிடைக்கும்?

பிஸினஸ் குடும்பங்களில் பிறந்தவர்கள் தொழில் உலகில் நுழைய ஐடியாக்களைத் தேட வேண்டியதில்லை. முகேஷ், அனில் அம்பானிகளுக்கு அவர்களின் அப்பாவின் பெட் ரோலியத் தொழிலில் கொடி கட்டும் ரிலையன்ஸ் இன்டஸ்ட்ரீஸ் முதல்படியைக் கொடுத்தது. டி. வி. சுந்தரம் ஐயங்கார் குடும்பத்து சுரேஷ் கிருஷ்ணா, வேணு சீனிவாசன் ஆகியோருக்கு, கார் உதிரி பாகங்கள் தயாரிப்பு ஆரம்பக் குடும்பச் சொத்து. இவர்களில் பல சாமர்த்தியசாலிகள் குடும்ப அடித்தளத்தில் புதிய பாதைகள் போட்டார்கள்.

உங்கள் குடும்பத்தில் தாத்தா, அப்பா, மாமா, சித்தப்பா, யாருமே தொழில் அதிபர் இல்லையா? எங்கே ஐடியா கிடைக்கும் என்று பயப்படவே வேண்டாம்.

சுமார் பத்து ஆண்டுகளுக்கு முன்னால், விவரங்கள் கிடைப்பது குதிரைக் கொம்பாக இருந்தது. இன்றோ அளவுக்கு மீறிய நஞ்சாக அமுத விவரங்கள். இதை ஆங்கிலத்தில் Information Explosion என்று அழைக்கிறார்கள். இணையதளங்கள், பத்திரிகைகள். நாளிதழ்கள், புத்தகங்கள், அரசு நிறுவனங்கள், தனியார் நிறுவனங்கள், வங்கிகள், பிஸினஸ் ஆலோசகர்கள் என்று எங்கிருந்தெல்லாமோ விவரங்கள் கொட்டுகின்றன.

உதாரணத்துக்கு, நீங்கள் குழந்தைகளுக்கான ஆயத்த ஆடைகள் தயாரித்து இந்தியாவில் விற்பனை செய்வதோடு வெளி நாடுகளுக்கும் ஏற்றுமதி செய்ய விரும்புகிறீர்கள். கூகுள் போய் Children's Garments என்று போட்டால் எத்தனை இணையதளங்கள் திறக்கின்றன தெரியுமா? எட்டு லட்சத்து முப்பதாயிரம்! இந்தியக்

குழந்தைகள் உடை தயாரிப்பாளர்கள், அவர்களின் தயாரிப்புகள், இந்திய ஏற்றுமதியாளர்கள் மற்றும் அவை தொடர்பான பட்டியல்கள்.

அப்புறம், தொழில் தொடங்குபவர்களுக்காகவே ஸ்பெஷல் உதவிகள். பெண் குழந்தைகளுக்குப் பாவாடையும், டாப் (Top) என்கிற மேல் உடையும் தயாரிக்க வேண்டுமா? கோயம்புத்தூரில் உள்ள சிறுதொழில் சேவை நிலையம் (Small Industries Service Institute) இந்தப் பொருள்கள் தயாரிக்கும் திட்ட அறிக்கையையே http://www.laghu-udyog.com/publications/pmryprof/hosiery என்ற இணையதளத்தில் தந்திருக்கிறார்கள்.

பாவாடை, டாப் தயாரிக்கும் முறை, தேவையான எந்திரங்கள், மூலப் பொருள்கள், இவற்றை விற்பனை செய்யும் நிறுவனங் களின் பெயர், விலாசம், தேவையான முதலீடு, லாபக் கணக்கீடு ஆகியவை, என எல்லா விவரங்களும் தங்கத் தட்டில்.

பலரது ஆசை இதுதான். 'எப்படியாவது சாஃப்ட்வேர் அல்லது அவுட்லோர்ஸிங் கம்பெனி தொடங்கிடணும்.'

வரும் நாள்களில் எந்தெந்தத் துறைகளில் வாய்ப்புக் கதவுகள் திறக்கும் என்பதற்குச் சில பத்திரிகைகள் ஜோசியம் சொல்கின்றன. அவுட்லுக் பிஸினஸ் பத்திரிகை புது பிஸினஸ்களில் முதலீடு செய்யும் ஐம்பது பேரைப் (Venture Capitalists) பேட்டி கண்டது. அவர் களின் கருத்துப்படி நாளைய டாப் 10 தொழில்கள் இவைதாம்:

1. கல்வி

2. தனிப்பட்ட முதலீடு (Private Equity)

3. டிசைன் சேவைகள் (Design Services)

4. பிஸினஸ் ப்ராஸஸ் அவுட்லோர்ஸிங்

5. தயார் உணவுகள் (Packaged Foods)

6. சில்லறை வியாபாரம் (Retail)

7. லோக்கல் இன்டர்நெட் (Local Internet)

8. சிறிய அளவில் சக்தி தயாரித்தல் (Micro Power)

9. பொருள்களைப் பாதுகாக்கும் குளிர்சாதன, கிடங்கு வசதிகள் (Cold Chain and Warehousing)

10. *டி. வி. நிகழ்ச்சிகள்* (TV Content)

அவுட்லுக் மணி பத்திரிகை ஐந்து லட்சம் முதலீட்டில் தொடங்கக் கூடிய 20 தொழில்களை அடையாளம்கண்டு பட்டியலிட்டிருக் கிறது. அவை::

1. கலை நிகழ்ச்சிகளுக்கான கலைஞர்களைத் தற்காலிக அடிப் படையில் தருவது.

2. நடக்கும் ஷூ, ஓடும் ஷூ, ஆபீஸ் ஷூ, பார்ட்டி ஷூ, என ஷூக்களில் ஆயிரம் வகை. இந்த ஷூக்களைச் சுத்தம் செய்து பராமரிக்கும் சேவை

3. வீடுகள், காரியாலயங்களுக்கு உணவு சப்ளை

4. பள்ளிக்கூடங்கள், தொழிற்சாலைகளுக்கான சீருடைகள் தயாரித்தல்

5. ஊருக்குப் புதிதாக வருபவர்களுக்கு வழிகாட்டிகள் கொடுத் தல். உல்லாசப் பயணிகள் மட்டுமல்ல, மருத்துவ சிகிச்சைக் காக சென்னை அப்பல்லோ ஹாஸ்பிட்டல், சங்கர் நேத் ராலயா, மதுரை அரவிந்த் கண் மருத்துவ மனை ஆகிய இடங்களுக்கு இந்தியாவின் பல பாகங்கள், மற்றும் வெளி நாடுகளிலிருந்து வருபவர்களுக்கு இச்சேவை மிகவும் தேவை.

6. வீடுகள், ஹோட்டல் அறைகள் துப்புரவு செய்தல்

7. அலுவலகங்களுக்கு இடம் தேடிக் கொடுத்தல்

8. தொலைபேசி தொடர்பான துறைகளில் ஏராளமான பேர் தொழில் தொடங்குகிறார்கள். இவர்களுக்கு ஆலோசனை வழங்குதல்.

9. திருமண ஏற்பாடுகள் செய்து கொடுத்தல்

10. ஊழியர்கள் தேர்ந்தெடுப்பில் கம்பெனிகளுக்கு உதவி

11. வீட்டில் சாக்லெட் தயாரித்தல்

12. சுற்றுலாப் பயணிகளுக்கான சேவை

13. ஆன்லைன் பஸ் டிக்கெட்டிங்

14. மார்க்கெட்டிங் தொடர்பாக கம்பெனிகள் அவுட்ஸோர்ஸ் செய்யும் வேலைகள்

15. ஆஸ்பத்திரிகள், ஹோட்டல்கள் தங்கள் அக்கவுண்டிங் வேலைகளை அவுட்ஸோர்ஸ் செய்கிறார்கள். இந்தச் சேவையை அளித்தல்

16. கம்பெனிகளுக்கான பண்டிகைக் காலப் பரிசுகள்

17. இணையதள விளம்பரங்கள் தொடர்பான சேவைகள்

18. தண்ணீர் டாங்க் சுத்தம் செய்தல்

19. கம்பெனிகள் புது ஊழியர்களை வேலைக்கு எடுக்குமுன் அவர்களது விவரங்களையும், பின்புலத்தையும் உறுதி செய்வார்கள். இந்தத் துப்பறியும் வேலை.

20. கம்பெனிகளின் சுத்தம், சுகாதாரம், துப்புரவு

'ஐடியா ஒவ்வொண்ணும் சூப்பர். இப்பவே தொழில் தொடங் கணும்போல இருக்கு' - என்றால் ஸாரி, கொஞ்சம் பொறுமை தேவை. இன்னும் பேச வேண்டிய விஷயங்கள் நிறையவே இருக்கின்றன.

எங்கே, எந்த விவரங்கள் கிடைக்கும் எனத் தொழில் முனைவோ ருக்கு வழி காட்டுவதில் பேராசிரியர் ராஜேஷ் மன்னன். தொழில் முனைவோருக்கான பல பாசறைகள் நடத்துவார். ஏற்காட்டில் ஒரு கருத்தரங்கம். ராஜேஷ் கேட்டார். 'என்ன தொழில் தொடங்க விரும்புகிறீர்கள்?'

இந்தக் கேள்விக்குப் பல பதில்கள் வந்தன. 'நான் ஹோட்டல் தொடங்கப்போகிறேன்', 'என் திட்டம் ப்ரவுஸிங் சென்டர்', 'நான் பிளாஸ்டிக் மோல்டிங் தொழிற்சாலை தொடங்கப் போகிறேன்', 'நிறைய லேத் வாங்கிப்போட்டு மெஷினிங் வேலை செய்துதரப் போகிறேன்.'

பாபு மட்டும் விசித்திரமாகப் பதில் சொன்னார்,

'கோடீஸ்வரனாவது எப்படி? என்று ஒரு புக் சார். லட்டு லட்டாக ப்ராஜெக்ட்கள் போட்டிருக்காங்க. ஏதாவது ஒன்று தேர்ந் தெடுக்கணும்.'

'நிஜமாவே அந்தப் புத்தகத்தில் இருக்கிற திட்டங்களில் கோடிக் கோடியாகப் பணம் பண்ண முடியுமானால், அந்தப் புத்தக ஆசிரியர் எத்தனை திட்டங்களை நிறைவேற்றியிருக்கிறார், எத்தனை கோடிகள் சேர்த்திருக்கிறார்?'

ராஜேஷ் சொன்னவுடன்தான் பாபுவுக்கு உறைத்தது. 'பாபு, நீங்கள் மட்டுமல்ல, நம்மில் பலரும் இப்படித்தான் இளிச்ச வாயன்களாக இருக்கிறோம். வாழ்க்கையில் விரக்தி, காதலில் தோல்வி, பரீட்சையில் டொக்கு, எல்லாப் பிரச்சனைகளுக்கும் தீர்வு தரும் ஜலந்தர் மந்திர மோதிரம்போல் இந்தப் புத்தகங்களும் டுபாக்கூர் வேலைகள். இவற்றை நம்பாதீர்கள்.'

'எந்தத் தொழில் தொடங்கலாம் என்கிற விவரம் வேறே எங்கே சார் கிடைக்கும்?' - வகுப்பே கேட்டது. ராஜேஷ் சொன்னார், போர்டிலும் எழுதினார்.

★ இந்தியாவில் ஏராளமான பரிசோதனைச் சாலைகள் உள்ளன. Regional Research Laboratory, South India Textile Research Association, Tamilnadu State Council for Science and Technology, Coconut Development Board, National Research Centre for Grapes, Paddy Processing Research Centre, Central Food Technological Research Institute, National Chemical Laboratory, Central Glass and Ceramic Research Institute, Spices Board of India என்று பல்வேறு துறைகளில் இவை ஆராய்ச்சியில் ஈடுபட்டிருக்கின்றன. உங்களுக்கு ஈடுபாடு உள்ள துறையில் ஆராய்ச்சி செய்யும் பரிசோதனைச் சாலையைத் தேர்ந்தெடுங் கள். அவர்களின் இணையதளத்துக்கு அடிக்கடி செல்லுங்கள். அவர்களது வெளியீடுகளைப் படியுங்கள்.

★ Industrial Technical Consultancy Organisation (ITCOT), Small Industries Service Institute, Small Industries Development Corporation (SIDCO), Small Industries Promotion Corporation of Tamilnadu (SIPCOT), Tamilnadu Industrial Investment Corporation (TIIC) போன்ற அரசு நிறுவனங்கள்.

★ Confederation of Indian Industry, Associated Chambers of Commerce and Industry of India, Federation of Indian Chambers of Commerce and Industry, Tamilnadu Small and Tiny Industries Association போன்ற தொழிற்துறை அமைப்புகள்.

★ Automotive Component Manufacturers Association of India, Indian Machine Tools Manufacturers Association, National Association of Software and Service Companies, Organization of Pharmaceutical Producers of India, Indian Chemical Manufacturers Association, All India Plastics Manufacturers Association, Builders Association of India போன்ற ஒவ்வொரு துறைத் தயாரிப்பாளர்களின் சங்கங்கள்.

★ Ambattur Industrial Estate Manufacturers Association, Industrial Estate Manufacturers Association Guindy போன்ற தொழிற்பேட்டைத் தயாரிப்பாளர்களின் சங்கங்கள்.

★ Apparel Export Promotion Council, Council for Leather Exports, Electronics and Computer Software Exports Promotion Council, Engineering Export Promotion Council, Export Promotion Council for Handicrafts, Gem and Jewellery Export Promotion Council, Handloom Export Promotion Council, Indian Institute of Foreign Trade, Federation of Indian Export Organizations போன்ற ஏற்றுமதி முன்னேற்ற அமைப்புகள்.

★ பிஸினஸ் இந்தியா, பிஸினஸ் டுடே, பிஸினஸ் வேர்ல்ட், அவுட்லுக் மணி, நாணயம் விகடன், பசுமை விகடன், வளர் தொழில், லேடிஸ் ஸ்பெஷல் போன்ற பத்திரிகைகள், எக்கனாமிக் டைம்ஸ், பிஸினஸ் லைன் ஆகிய நாளிதழ்கள். அமெரிக்காவின் Economist, Fortune, Forbes, Inc., Scientific American போன்ற பத்திரிகைகள், Wall Street Journal, USA Today போன்ற நாளிதழ்கள்.

★ எந்தத் தொழில் துறையில் இறங்க விரும்புகிறீர்களோ, அந்தத் துறை சம்பந்தப்பட்ட வெளியீடுகள்.

★ வெளிநாட்டு நண்பர்கள் உலகத் தொழில்நுணுக்க முன் னேற்றம் பற்றித் தரும் தகவல்கள்

★ வங்கிகள்

★ மார்க்கெட்டுக்கு வரும் புதிய தயாரிப்புகள்

★ Entrepreneuer.com போன்ற இணையதளங்கள்.

இன்னும் பலப் பல. இணைய தளங்கள், புத்தகங்கள், பத்திரிகை கள், பிஸினஸ் ஆலோசகர்கள், அரசு தொழில் முன்னேற்ற மையங்கள் ஆகியோரின் உதவிகளை, அவர்கள் தரும் தகவல் களை மட்டுமே நம்பிக் கம்பெனி தொடங்குவது சமையல் புத்தகம் படித்தவுடன் உங்களை நீங்கள் நளமகாராஜனாகக் கனவு காணும் சிறுபிள்ளைத்தனம்.

உங்களுக்குக் கிடைக்கிற தகவல் அழகான தொடக்கப் புள்ளிகள் மட்டும்தான். இந்த விவரங்களை அலசி ஆராய்ந்து, அசை போட்டு நீங்கள் உங்கள் ஐடியாவை உருவாக்கவேண்டும்.

அப்போதுதான் புள்ளிகள் கோலங்களாகும். இல்லாவிட்டால், அலங்கோலம்தான். இப்படி அலசி, ஆராய்ந்து அழகாய்க் கோலம் போட்ட சிலரைச் சந்திப்போம்.

ஜெஃப்ரி பெஸோஸ் (Jeffrey Bezos) படிப்பில் எப்போதும் முதல் ராங்தான். புகழ் பெற்ற அமெரிக்க பிரின்ஸ்டன் பல்கலைக் கழகத்தில் எலெக்ட்ரிகல் எஞ்சினியரிங், கம்ப்யூட்டர் துறைகளில் பட்டம் பெற்றார். கம்ப்யூட்டர் தொடர்பான வேலையில் தன் வாழ்க்கைப் பாதையை வகுத்துக் கொள்ள முடிவு செய்தார்.

1994. இன்டர்நெட் பயன்படுத்துவோர் எண்ணிக்கை முந்தைய ஆண்டைவிட 2300 சதவிகிதம் அதிகமாயிருப்பதைக் கவனித்தார். உலகையே நொடிகளில் வளைத்துப்போடும் இன்டர்நெட்டின் மாபெரும் சக்தியை உணர்ந்தார். இன்டர்நெட் என்கிற மாபெரும் ஆயுதம் தகவல் பரிமாற்ற வட்டத்துக்குள் முடங்கி விடக்கூடாது என்று அவர் மனக்குறளி சொன்னது.

தபால் அஞ்சலில் பொருள்களை விற்பதைப்போல் இன்டர் நெட்டில் விற்றாலென்ன? இதுதான் ஜெஃப்பின் ஐடியா. புத்தகங்களோடு தொடங்கினார். பிறந்தது அமேஸான்.காம் (Amazon.com). 2007ல் அதன் வருமானம் 14835 மில்லியன் டாலர். அதாவது சுமார் 59340 கோடி ரூபாய்.

தமிழ்நாட்டில் புத்தகம் விற்றுக் கோடிகள் கண்டவர் ஹேமு ராமையா. சின்ன வயதிலேயே இவருக்குப் புத்தகங்கள் படிக்க ஆசை பேராசை. சென்னையில் ஸ்டெல்லா மேரிஸ் கல்லூரியில் பி. ஏ. படித்தார். படிக்கும்போதே, தன் ஓய்வு நேரங்களில் தாஜ் கோரமண்டல் ஹோட்டலில் இருந்த டனாய் (Danai) என்ற புத்தகக் கடையில் பகுதி நேர வேலை பார்த்தார். படிப்பை முடித்த பின்னும் அங்கே வேலை தொடர்ந்தது.

அப்போது சென்னையிலும், தமிழ்நாட்டின் பிற பகுதிகளிலும் இருந்த புத்தகக் கடைகளில் பெரும்பாலானோர் பாடப் புத்தகங்கள் மட்டுமே விற்றார்கள். பிற பொதுப் புத்தகங்களைச் சிலரே விற்றார்கள்.

தான் என்ன சாதிக்கவேண்டும் என்பதில் ஹேமு ராமையா தெளிவாக இருந்தார். புத்தகம் என்பது ஒருவகைப் பொழுது போக்குச் சாதனம். எனவே புத்தகக் கடை ஆடியோ, வீடியோ, பொம்மைகள் போன்ற எல்லாப் பொழுதுபோக்குப்

பொருள்களையும் விற்கவேண்டும், புத்தகம் வாங்கும் ஆண் களும் பெண்களும் மட்டுமல்ல, மொத்தக் குடும்பமும் அனுபவிக்கும் பொழுதுபோக்கு அனுபவத்தைக் கடை கொடுக்கவேண்டும் என்ற கற்பனை அவர் மனத்தில் விரிந்து பரந்திருந்தது.

ஹேமு ராமையாவைக் கேலி செய்தவர்கள்தாம் அதிகம். பண உதவி செய்யவும் யாரும் முன் வரவில்லை. அவருடைய அண்ணன் நடராஜ் ராமைய மட்டும் நம்பிப் பணம் போட்டார். இருபதே வருடங்கள். அகமதாபாத், பெங்களூர், சென்னை, டெல்லி, லக்னோ, மும்பை, புனே, வதோதரா ஆகிய நகரங்களில் கிளைகளோடு லான்ட்மார்க் (Landmark). விஸ்வரூபம் எடுத்தது.

டாக்டர் பிரதாப் ரெட்டி சென்னையில் டாக்டர் படிப்பை முடித்து அமெரிக்காவில் பல ஆண்டுகள் வேலை பார்த்தார். இந்தியா திரும்பினார். சென்னையில் ஒரு மருத்துவமனையில் வேலை.

ஒருநாள் 37 வயதுக்காரர் நெஞ்சு வலியோடு வந்தார். அறுவை சிகிச்சை செய்தால் மட்டுமே அவர் உயிர் பிழைக்க முடியும் என்று பிரதாப் ரெட்டிக்குத் தெரிந்தது. அப்போது இந்தியாவில் இதய அறுவை சிகிச்சைக்கான வசதிகள் இல்லை. நோயாளியை அமெரிக்க டெக்ஸாஸ் ஹார்ட் இன்ஸ்டிட்யூட்டில் சிகிச்சைக்குப் போகுமாறு பரிந்துரைத்தார். செலவு 30000 டாலர் பெரிய பணம். இந்தச் செலவைச் சமாளிக்க வசதியில்லாத அந்த நோயாளி மரணமடைந்தார்.

இந்திய டாக்டர்கள் இதய அறுவை சிகிச்சை செய்யும் அபாரத் திறமை கொண்டவர்கள். நம் நாட்டிலேயே இதய அறுவை மருத்துவமனை தொடங்கினால் ஆயிரம் ஆயிரம் ஏழை, நடுத்தர நோயாளிகளின் உயிர் காக்க முடியுமே என்று பிரதாப் ரெட்டியின் இதயம் துடித்தது.

அப்பல்லோ ஆஸ்பத்திரி தொடங்க உந்துதல் இந்த நிகழ்ச்சிதான். இந்தியா, பங்களாதேஷ் நாடுகளில் 13 அப்பல்லோ மருத்துவ மனைகள் உள்ளன. இதுவரை 2500 இதய அறுவை சிகிச்சைகள், அவற்றுள் 99 சதவிகிதம் வெற்றிகரமாக!

முத்துக்கவுண்டர் ராமசாமி. சேலம் ஆத்தூரில் பருத்தி, நெல், சோளம், சாமை, காய்கறிகள் ஆகியவற்றுக்கான வீரிய விதைகள் (Hybrid Seeds) தயாரிக்கும் ராசி ஸீட்ஸ் நிறுவனத் தலைவர்.

இந்தியா முழுக்க இரண்டு கோடி பருத்தி விதைப் பாக்கெட்கள் விற்பனையாகின்றன. இவற்றுள் ஐம்பது லட்சம் பாக்கெட்கள் ராமசாமியின் தயாரிப்புகள். கடந்த ஆண்டு விற்பனை நானூறு கோடியைத் தாண்டியது. அடுத்த இரண்டு ஆண்டுகளில் தொடப் போகும் இலக்கு ஐநூறு கோடி.

1965 - இல் கோயம்புத்தூரில் விவசாயப் பட்டப் படிப்பு முடித்த ராமசாமி தமிழ்நாடு விவசாயத் துறையில் அதிகாரியாகச் சேர்ந்தார். மாதச் சம்பளம் நானூற்று ஐம்பது ரூபாய். எட்டு வருடம் வேலை பார்த்தார். மனதுக்குள் ஒரு வேகம். 'விவசாயிகளுக்கு ஏதாவது செய்ய ஆசைப்பட்டேன். தரமான விதைகளைக் கொடுத்தால் அவர்கள் உற்பத்தித்திறனைப் பெருக்கலாமே என்று திட்டமிட்டேன்.'

பத்து ஆண்டுகளுக்கு மேல் போராட்டம். இன்று, 'ராமசாமி அய்யா கை ராசியான கை. அவர் கொடுக்குற விதைங்களைப் போட்டா அமோக விளைச்சல்' என்று நாடு முழுக்க விவசாயிகள் கற்பூரம் அடித்துச் சத்தியம் செய்கிற நிலை.

இவர்கள் நான்கு பேருடைய பிஸினஸ் ஐடியாக்களும் மாறு பட்டவை. ஆனால், இந்த பிஸினஸ் ஐடியாக்களுக்கு அடிப் படையாக இருந்தவை எவை?

ஜெஃப் பெஸோஸுக்கு இருந்த இன்டர்நெட் அறிவும், இன்டர் நெட்டின் சக்தியில் இருந்த அபார நம்பிக்கையும்.

புத்தகமே தன் எதிர்காலம் என முடிவெடுத்துத் தன் வாழ்க் கையைத் திட்டமிட்ட ஹேமு ராமையாவின் தெளிவு.

இதய நோயாளிகள் இந்தியாவிலேயே இதய சிகிச்சை பெறும் வசதி இருக்க வேண்டும் என்று துடித்த டாக்டர் பிரதாப் ரெட்டி யின் ஆதங்கம்.

முத்துக் கவுண்டர் ராமசாமியின் விவசாய அறிவு, விவசாய உற்பத்தியைப் பெருக்கத் துடித்த பேராசை.

மொத்தத்தில் நால்வருடைய ஐடியாக்களுக்கும் அவர்களுடைய படிப்பும், வேலை அனுபவமும் காரணங்கள்.

படிப்பிலும் அனுபவத்திலும் மட்டும்தான் செயல் திட்டங்கள் கிடைக்கும் என்பதில்லை. உங்கள் கண்களையும் காதுகளையும

கூர்மையாக வைத்திருங்கள். சில சிந்தனைப் பொறிகள் கிடைக்கும் என்கிறார்கள் ஹாட் பிரட்ஸ் மகாதேவனும், பாரத் மேட்ரிமனி முத்துவேல் ஜானகிராமனும்.

மகாதேவனின் அப்பா அம்மா இருவரும் உடுமலைப்பேட்டை யில் டாக்டர்கள். மகாதேவன் கோயம்புத்தூரில் எம்.காம் படித்து முடித்தார். கொச்சியில் தனியார் கல்லூரியில் விரிவுரையாளராக வேலைக்குச் சேர்ந்தார். அடிக்கடி ஹோட்டல் சாப்பாடு. வீட்டுச் சாப்பாடே பழகிய அவர் மனத்தில் உணவுவகைகள் பற்றிய சிந்தனைகள் முதன்முதலாக எழத் தொடங்கியது இப்போது தான்.

சென்னை கேட்டரிங் கல்லூரியில் விரிவுரையாளர் வேலைக்கு மாறினார். வகுப்புகள் இல்லாத நேரங்களில் உணவு தயாரிக்கும் முறைகள், சூட்சுமங்கள், உணவகங்களின் செலவினங்கள், செலவைக் குறைக்கும் முறைகள் ஆகிய அத்தனை நுணுக்கங் களையும் தெரிந்துகொண்டார். ஒரே வருடம். அவர் உள்ளம் சொன்னது, 'மகாதேவா, உணவகம் தொடங்க நீ ரெடி.'

டிக் டாக் (Tic Tac) உணவகம் இந்த முயற்சியின் தொடக்கம். அவ ருடைய டாக்டர் அம்மா கேட்டார், 'இவ்வளவு படித்துவிட்டுச் சமையல் வேலைக்கா போகிறாய்?'

மகாதேவனுக்கு ஐடியா கிடைத்தது எங்கிருந்து? சுற்றுப் புறத்தைக் கூர்ந்து கவனிக்கும் திறமையால்.

ஜானகிராமன் தன் வருங்கால வெற்றியின் மந்திரச் சாவியைக் கண்டுபிடித்ததும் இப்படித்தான். அப்பா சென்னைத் துறைமுகத் தில் மூட்டை தூக்கும் தொழிலாளி. அலுப்புத்தீர அவர் குடித்தபிறகு மிஞ்சும் கூலியில்தான் மொத்தக் குடும்பமும் வாழ்க்கை நடத்தவேண்டும். ராயபுரத்தில் 16 ஒண்டுக் குடித்தனங் களுக்கு நடுவில் ஒரே ரூம் வீடு.

தமிழ் மீடியத்தில் படித்தார். வகுப்பில் முதல் ராங்க். பதினோராம் வகுப்பில் ஆங்கில மீடியத்தில் சேர்த்தார்கள். ஆங்கிலம் கண்ணாமூச்சி காட்டியது. ராங்க் சறுக்கியது. ப்ளஸ் 2வில் 65 சதவிகிதமே கிடைத்தது.

'கெமிஸ்ட்ரி படித்தால் பரிசோதனைச் சாலைகளில் மாதம் நாலாயிரம் ரூபாய் சம்பளம் கிடைக்கும்' என்று அன்புடன் அறிவுரை சொன்னார் மாமா.

சென்னை மாநிலக் கல்லூரிக்கு விண்ணப்பித்தார். முதல்வர் நல்லவர். அவர் சொன்னார்,

'தம்பி, இந்த மார்க்குக்குக் கெமிஸ்ட்ரியில் இடம் கிடைக்காது. உனக்குக் கணக்கில் நல்ல மார்க் இருக்கிறது. புள்ளியல் (Statistics) படிப்புக்கு விண்ணப்பம் செய்.'

புள்ளியல் படித்தார். எம்.சி.ஏ. முடித்தார். சென்னை போலாரிஸ் நிறுவனத்தில் கம்ப்யூட்டர் புரோகிராமர் வேலையில் சேர்ந்தார். பல வேலை மாற்றங்கள். 1990களின் இறுதியில் அமெரிக்காவில் லூசென்ட் டெக்னாலஜீஸ் (Lucent Technologies) கம்பெனியில் வேலை பார்த்தார்.

அமெரிக்காவில் இணையதளப் பொருளாதாரம் தன் முழுமை யான திறனை எட்டிவிட முயற்சிகள் செய்துகொண்டிருந்த வேளை. அமெரிக்கவாழ் இந்தியர்களுக்குப் பூர்த்தியாகாத பல தேவைகள் இருப்பதை உணர்ந்தார். காலையில் ராசி பலன் பார்ப்பதும், பொன்மொழி படிப்பதும் பல இந்தியர்களின் பழக்கம். இந்தத் தேவைகளைப் பூர்த்தி செய்ய நானூறு ரூபாய் முதலீட்டில் சிஸ்இந்தியா.காம் (sysindia.com) என்ற இணையதளம் தொடங்கினார்.

ராசி பலன், நில விற்பனை, சமையல் குறிப்புகள், வேலை வாய்ப்புகள், திருமணத் தகவல் எனப் பல பகுதிகள். ஜானகி ராமனின் நண்பர்கள் சிலர் திருமணத்திற்குப் பெண் பார்க்கத் தொடங்கினார்கள். தமிழ்ப் பெண்களையே தேடினார்கள். ஜானகிராமன் மூளையில் ஆயிரம் வாட் விளக்கு பளிச்சிட்டது. 'வரன் தேடுபவர்கள் தங்கள் விவரங்களை வலைத்தளத்தில் பதிவு செய்து கொள்ளலாம்' என்று அறிவித்தார். மாபெரும் வரவேற்பு. பல மாதங்கள் அலைந்து திரிந்து வரன் தேடும் வேலையைச் சுலபமாக்கியது ஜானகிராமனின் திட்டம்.

தமிழ்மேட்ரிமனி.காம் பிறந்தது. இன்று அஸ்ஸாமீஸ்மேட்ரி மனி.காம், பெங்காலிமேட்ரிமனி.காம், குஜராத்திமேட்ரி மனி.காம், ஹிந்திமேட்ரிமனி.காம், கேரளாமேட்ரிமனி.காம், பார்ஸிமேட்ரிமனி.காம் எனப் பதினைந்து இணையதளங்கள் பாரத்மேட்ரிமனி.காம் என்கிற பொதுப்பெயரில். இன்று உலகின் பல பாகங்களில் திருமணங்கள் பாரத்மேட்ரிமனியில் நிச்சயிக்கப்படுகின்றன.

ஜானகிராமனுக்கு ஐடியா எப்படிக் கிடைத்தது? சுற்றுப்புறத்தைக் கூர்ந்து கவனித்தார்.

தன் மூளை நியூரான்களுக்கு வேலை கொடுத்தார்.

நாம் காலை எழுந்தவுடன் பிரஷ்ஷால் பல் துலக்குகிறோம். சட்டையில் பட்டன் அறுந்து போகிறது. ஊக்கு (Safety Pin) பயன் படுத்துகிறோம். கையில் காயமா? நம் உடனே போடுவது பாண்ட் எய்ட் (Band Aid) என்கிற பான்டேஜ். எல்லோரும் எப்போதும் உபயோகிக்கும் பொருள்கள் இவை. இந்த மாதிரி லட்டு ஐடியா கிடைத்துவிட்டால், அவற்றுக்கு நீங்கள் காப்புரிமை வாங்கிவிட் டால், உங்களுக்கும் உங்கள் ஏழேழு பரம்பரைக்கும் கோடிக் கோடியாகப் பணம் கொட்டோ கொட்டென்று கொட்டும்.

இவற்றை எப்படி உருவாக்கினார்கள்? இந்தப் பொருள்களின் பெற்றோர்களின் வரலாறுகளைப் பார்ப்போம்.

வால்ட்டர் ஹன்ட்டர் (Walter Hunter) அமெரிக்க விஞ்ஞானி. அறிவாளி. ஆனால், ராசியில்லாதவர் என்று முத்திரை குத்தப் பட்டவர். இவருடைய சோதனைகள் எல்லாம் தோல்வி அடைந் தன. கைப்பணம் முழுக்க அவுட். கடன் வாங்கினார். சோதனை களில் புஸ். கடன் கொடுத்தவர்கள் கழுத்தில் துண்டைப் போட் டார்கள். 'போதும் உன் ஆராய்ச்சிகள். சிறைக்குள் போய் ஓய்வு எடு' என்று அரசாங்கம் உள்ளே தள்ளியது.

நாள் முழுவதும் கம்பி எண்ணினார். எப்படி, எப்போது விடு தலையாவோம் என்று ஓயாத கவலை. ஒரு நாள், அவர் இருந்த அறைக்குள் ஒரு சின்னக் கம்பி தரையில் கிடந்தது. மனக் கவலை. கைகள் என்ன செய்வதென்றே தெரியாமல் அந்தக் கம்பியைக் கண்டபடி வளைத்தன. திடீரென்று ஒரு வடிவம். 'இந்த ஷேப் பில் கம்பி இருந்தால் பல விதங்களில் உபயோகிக்கலாமே?'' ஹன்ட்டரின் மனதுக்குள் அசரீரி கேட்டது. அந்த ஷேப்புக்கு Safety Pin என்று பெயர் வைத்தார். ஊக்கு ஹன்ட்டருக்கு விடு தலை கொடுத்தது, ஏராளம் பணம் கொடுத்தது, புகழ் கொடுத்தது.

இங்கிலாந்து. வில்லியம் ஆடிஸ் (William Addis) என்ற இளைஞர் கலவரத்தில் ஈடுபட்ட குற்றத்துக்காகச் சிறையில் அடைக்கப் பட்டார். அந்த நாள்களில் பல் தேய்க்கும் பிரஷ்கள் கண்டு பிடிக்கப்படவில்லை. ஒரு துண்டுத்துணி அல்லது கடல்பஞ்சில் உப்பை எடுத்துப் பல் துலக்கினார்கள்.

ஜெயிலில் எப்படி நேரம் போக்குவது என்றே ஆடிஸுக்குத் தெரியவில்லை. சாப்பாட்டில் ஒரு எலும்புத் துண்டு கிடைத்தது. அதைக் கடித்துக்கொண்டிருந்தார். கடித்துக் கடித்து எலும்புத் துண்டில் பல ஓட்டைகள் வந்தன. அவர் அருகே சில உரோமத் துண்டுகள் காற்றில் பறந்து வந்தன. விளையாட்டாய் அந்த உரோமத் துண்டுகளை எலும்பு ஓட்டைகளுக்குள் ஆடிஸ் சொருகி னார். திரும்பவும் எலும்புத் துண்டைக் கடித்தார். உரோமங்களால் பல் சுத்தமானதாக அவருக்கு உணர்வு. சிறையைவிட்டு வெளியே வந்ததும் முதல் வேலை, எலும்புத் துண்டு பிளாஸ்டிக் ஆனது, உரோமம் நைலான் ஆனது. பல் துலக்கும் பிரஷ் பிறந்தது. 'செம ஐடியா ஆடிஸ்' என்று உலகம் கை தட்டியது.

ஜான்ஸன் அண்ட் ஜான்ஸன் அமெரிக்காவைத் தலைமையக மாகக்கொண்ட பன்னாட்டு நிறுவனம். உங்களுக்கு மிகப் பரிச்சயமானது. குழந்தைகள் சோப், ஷாம்பூ, பாண்ட் எய்ட் என இவர்களின் தயாரிப்புகள் பிரபலம். 1920. அமெரிக்காவில் ஜான்ஸன் அண்ட் ஜான்ஸனில் ஏர்ல் டிக்ஸன் (Erle Dickson) வேலை பார்த்தார். இவருடைய மனைவி ஜோஸஃபின்.

ஜோஸஃபினுக்கும் கத்திகளுக்கும் அப்படி ஒரு ஜென்மப் பகை. காய்கறிகள், பழங்கள், மீன், மாமிசம், எதை வெட்டினாலும், அவற்றை வெட்டுகிறாரோ இல்லையோ, கை விரல்களை வெட்டிக் கொண்டுவிடுவார். அந்தக் கால கட்டத்தில், காயம் ஏற்பட்டால் கட்டுப் போட ஒரே ஒரு வழிதான் இருந்தது. மெல்லிய வலைபோன்ற துணி (Gauze) கிடைக்கும். இதைக் காயத்தின்மேல் சுற்றி, பசை தடவப்பட்ட நாடாவால் (Tape) போட்டு ஒட்டுவார்கள். இவை இரண்டையுமே ஜான்ஸன் அண்ட் ஜான்ஸன் விற்பனை செய்தார்கள்.

மனைவியின் தினப்படி பேஜாரைச் சமாளிக்க ஏர்ல் ஒரு வழி கண்டுபிடித்தார். கம்பெனியிலிருந்து ஏராளஏராளமாகத் துணியையும் நாடாவையும் வீட்டுக்குக் கொண்டுவந்தார். தினமும் துணியை வெட்டி நாடாவால் கட்டுவது அவருக்குச் சிரமமாக இருந்தது. இரண்டையும் சேர்த்து ஒட்டி சின்னச் சின்னத் துண்டுகளாக்கி வைத்துக் கொண்டார். தேவைப்படும் போதெல்லாம், அதாவது ஏகதேசம் தினமும் பயன்படுத்தினார்

அலுவலக நண்பரிடம் தன் அனுபவத்தைச் சொன்னார். உயர் அதிகாரிகளுக்குச் செய்தி போனது. ஏர்ல் டிக்ஸனின் சோதனை

பாண்ட் எய்ட் என்ற தயாரிப்பாக அமெரிக்காவில் அறிமுக மானது. ஏர்ல் டிக்ஸன் என்ற ஆணின் வெற்றிக்குப் பின்னால் கையில் கத்தியோடு ஜோஸ்ஃபின் என்ற பெண் இருந்ததை யாருமே மறுக்கவோ, மறக்கவோ முடியாது.

ஊக்கு, பல் தேய்க்கும் பிரஷ், பாண்ட் எய்ட் ஆகியவை கண்டு பிடிக்கப்பட்ட இந்த முறைகளை ஸெரண்டிப்பிட்டி (Serendipity) என்று ஆங்கிலத்தில் சொல்லுவார்கள். தற்செயல் கண்டு பிடிப்புகள் என்று தமிழில் சொல்லலாம்.

இப்படித் தற்செயலாகக் கண்டுபிடிக்காமல், Lateral Thinkng என்கிற மாற்று யோசனை முறையைப் பயன்படுத்தினால் புது ஐடியாக் கள் கிடைக்கும் என்று அறிஞர்கள், அனுபவசாலிகள் சொல்கி றார்கள். ஓர் எளிய உதாரணம் பார்ப்போம்.

நீங்கள் இன்டர்நெட்டில் கில்லாடி. இன்டர்நெட் தொழில் நுட் பத்தை வியாபார அடித்தளமாகப் பயன்படுத்த விரும்புகிறீர்கள். என்னென்ன செய்யலாம்? கட்டுப்பாடுகளே இல்லாமல் செய்ய முடியும் தொழில்களின் பட்டியல் போடுங்கள்.

1. ப்ரவுஸிங்

2. ஈமெயில்

3. டியூஷன் எடுத்தல்

4. மாணவர்களின் சந்தேகங்களுக்கு விளக்கம் அளித்தல்

5. மாணவர்களின் ஹோம் ஒர்க், ப்ராஜெக்ட் ஆகியவற்றுக்கு உதவுதல்

6. சமையல் குறிப்புகள்

7. பண்டிகைச் சமையல்கள்

8. சாப்பாடு சப்ளை செய்தல்

9. மளிகை சாமான்கள் விற்பனை

10. காய்கறி, பழங்கள் விற்பனை

11. ஃபேஷன் குறிப்புகள்

12. டிரஸ் வியாபாரம்

13. விமான டிக்கெட்கள்

14. ரயில் டிக்கெட்கள்

15. பஸ் டிக்கெட்கள்

16. ஹோட்டல் முன்பதிவுகள்

17. பிரயாணக் குறிப்புகள்

18. நண்பர்களோடு தொடர்பு

19. பள்ளி, கல்லூரித் தோழர்களோடு தொடர்பு

20. நம்மோடு ஒத்த பொழுதுபோக்குகள் கொண்டவர்களோடு தொடர்பு

இப்படி எழுதிக்கொண்டே இருங்கள். பலநூறு வரும். ஒவ்வொன் றாக வடிகட்டுங்கள். உங்கள் தூண்டிலில் விலாங்கு மீன் சிக்கலாம்.

சுருக்கமாகச் சொன்னால்:

தொழில் தொடங்க ஐடியா கண்டுபிடிப்பது மிக மிக முக்கியமான அடிப்படை நடவடிக்கை. இந்தத் தேடலில் உங்களுக்குத் துணை:

★ உங்கள் படிப்பு, அறிவு, அனுபவம்

★ சுற்றுப்புறச் சூழலைக் கூர்ந்து கவனிக்கும் பார்வை

★ பரிசோதனைச் சாலைகள்

★ தொழில் தொடர்பான அரசு, தனியார் அமைப்புகள்

★ உற்பத்தியாளர் சங்கங்கள்

★ ஏற்றுமதி முன்னேற்றக் கவுன்சில்கள்

★ வங்கிகள்

★ புத்தகங்கள், நாளிதழ்கள் பத்திரிகைகள், இணையதளங்கள்

★ பிஸினஸ் ஆலோசகர்கள், நண்பர்கள்

★ மார்க்கெட்டுக்கு வரும் புதிய தயாரிப்புகளைக் கவனிக்கும் வழக்கம்

★ பிஸினஸில் ஜெயித்தவர்களின் அனுபவங்கள், ரகசியங்கள்

★ ஸெரண்டிப்பிட்டி

★ மாற்றுச் சிந்தனை

உங்களிடம் ஐடியா ரெடி. நல்ல ஐடியாதான். ஆனால், உங்களுக்குப் பொருத்தமான ஐடியாவா? நிறுவனங்கள் தங்களைத் தாங்களே எடைபோட ஸ்வாட் ஆராய்ச்சி (SWOT Analysis) என்ற முறையைப் பயன்படுத்துகிறார்கள். SWOT சுருக்கப் பெயர். இதன் ஒவ்வொரு எழுத்தும் ஒரு சொல்லைக் குறிக்கும்.

S - Strengths *பலங்கள்*

W - Weaknesses *பலவீனங்கள்*

O - Opportunities *வாய்ப்புகள்*

T - Threats *அபாயங்கள்*

இந்த ஸ்வாட் ரிஸ்க் எடுக்கலாமா, வேண்டாமா என்று முடி வெடுக்க உங்களுக்கும் உதவும்.

எப்படி?

உங்கள் வீட்டுக்குப் பக்கத்தில் ஸாஃப்ட்வேர் கம்பெனி வரு கிறது. அந்தக் கம்பெனியின் ஊழியர்களின் உணவுத் தேவை களுக்காக உணவு விடுதி தொடங்கலாமா என்று சிந்திக்கிறீர்கள். நீங்கள் இப்போது ஒரு கம்பெனியில் வேலை பார்க்கிறீர்கள். வேலையை விட்டுவிட்டு உணவு விடுதி தொடங்கும் முயற்சி ஒரு ரிஸ்க்.

முடிவெடுக்க இதையெல்லாம் ஆழ்ந்து யோசித்துப் பார்க்க வேண்டும்.

நீங்கள் நுழையவிருப்பது ஸாஃப்ட்வேர் கம்பெனியின் உணவுத் தேவைகளைப் பூர்த்தி செய்யும் துறை. இதில் வெற்றி பெற உங்களுக்குக் கீழ்க்கண்ட பலங்களில் சில இருந்தேயாக வேண்டும்.

★ சுவையாகச் சமைக்கும் திறமை

★ ஹோட்டல் போன்ற உணவுத் தயாரிப்புத் தொழில், மளிகை வியாபாரம், காய்கறி வியாபாரம் போன்ற துறைகளில் ஆழ்ந்த அனுபவம்

★ சமையல்காரர்களையும், பிற ஊழியர்களையும் கட்டி மேய்க்கும் பண வசதி, நிர்வாகத் திறமை.

★ உணவு பரிமாறும் கான்ட்ராக்ட்டை ஸாஃப்ட்வேர் கம்பெனி யிடம் பெறும் செல்வாக்கு, தொடர்புகள்.

மேலே சொன்ன விஷயங்கள் ஒன்றுமே இல்லையா? இந்தத் தொழில் வேண்டாம்.

வாய்ப்புகள்

★ இந்த ஸாஃப்ட்வேர் கம்பெனியைத் தொடர்ந்து பிற நிறுவனங்களும் அதே ஏரியாவில் வரும் சாத்தியங்கள்

★ உணவு விடுதியோடு, கம்பெனிக்கான ஸ்டேஷனரி, ஊழியர்களின் குடும்பத் தேவைகளை சப்ளை செய்தல் ஆகிய வாய்ப்புகள்

அபாயங்கள்

புதுத் தொழிலில் நீங்கள் எதிர்மோதக்கூடிய அபாயங்கள் இவை:

★ இந்த பிஸினஸ் நீடிக்குமா? ஸாஃப்ட்வேர் கம்பெனி தங்களுக் காகவே கான்ட்டீன் நடத்திக்கொள்ள முயற்சிப்பார்களா?

★ பிஸினஸ் வரும். லாபம் வருமா?

★ பிஸினஸ் சூடு பிடித்தவுடன் போட்டியாளர்கள் களத்தில் நுழைவார்களே? அவர்களை எப்படிச் சமாளிப்பீர்கள்?

நீங்கள் தற்போது பார்க்கும் வேலையில்

★ உங்கள் முயற்சி உங்கள் மேனேஜருக்குத் தெரியவந்து விட்டது. உங்களை வேலையிலிருந்து நீக்குகிறார். நீங்கள் தயாரா?

என்ன, ஸ்வாட் முறையில் முடிவெடுத்துவிட்டீர்களா?

4

இலக்கு இதுதான்

நீங்கள் ரெடி, ஐடியா ரெடி. தொழில் துறையில் நீங்கள் நடக்கப்போகும் பாதையை நிர்ணயித்துவிட்டீர்கள். பாதை மட்டும் போதாது, உங்கள் பயணம் குறிப்பிட்ட இலக்கை நோக்கி இருக்கவேண்டும் என்பதையும் மறந்துவிடாதீர்கள்.

உங்கள் பலங்கள் உங்களுக்குத் தெரியும், உங்கள் பலவீனங்களை நீங்கள் நன்றாக அறிவீர்கள். உங்கள் திறமைகளை எடைபோட்டு வைத்திருக்கிறீர்கள், எந்தத் துறையில் அளவு கடந்த அன்பும் காதலும் உங்களுக்கு இருக்கிறது என்று கண்டுபிடித்து விட்டீர்கள். அந்தத் துறையை வாழ்க்கைப் பாதையாகத் தேர்ந்தெடுத்திருக்கிறீர்கள். இப்போது இலக்கை நிர்ணயிப்பது ஜஉஜஉபி.

இலக்கு என்றால் என்ன? நாளை மாலை புறப்படும் நெல்லை எக்ஸ்பிரஸில் புறப்பட்டு, நாளை மறுநாள் திருநெல்வேலி போய்ச் சேர வேண்டும் என்பது இலக்கு. வாழ்க்கையில் ஒரு முறை காசிக்குப் போய்விட்டு வர வேண்டும், மெக்கா மதீனா பயணம் மேற்கொள்ள வேண்டும், வாடிகன் நகரில் போப் ஆண்டவரைப் பார்க்க வேண்டும் என்பதெல்லாம் இலக்குகள் அல்ல, வெறும் கனவுகள், ஆசைகள். இலக்குகளை நீங்கள் அடைவீர்கள், அனுபவிப்பீர்கள். கனவுகள், ஆசைகள் நனவு களாகலாம், அல்லது நிறைவேறாமலே போகலாம்.

பாட்ரிக் ஸ்நோ (Patrick Snow) என்ற அமெரிக்க எழுத்தாளர் இலக்குக்குச் சொல்லும் இலக்கணம் இதுதான்: இலக்கு என்பது வரையறுத்த கால கட்டத்துக்குள் நாளொரு மேனியும் பொழுதொரு வண்ணமுமாகக் கனவை எட்டுதல். (A goal is the progressive realization of a dream in a given time frame.)

நீங்கள் ஆச்சி மசாலாபோல், சக்தி மசாலாபோல், சமையல் பொடிகள் தயாரிக்க முடிவெடுத்திருக்கிறீர்கள். ஐந்து வருடங் களில் எட்ட வேண்டிய இலக்காக எத்தனை கோடி ரூபாய் வைத்துக் கொள்ளலாம்?

1998 - இல் பத்மசிங் ஐஸக் ஆச்சி மசாலா கம்பெனி தொடங்கினார். இன்று அவர் விற்பனை இருநூறு கோடிக்கும் மேல். சக்தி மசாலா நூறு கோடிக்கும் அதிகமாக விற்பனையாவதாகச் சொல்கிறார்கள். 'ஐந்து வருடங்களில் நான் பத்து கோடி விற்பனையைத் தொடு வேன். அதுதான் என் இலக்கு' என்று சொல்கிறீர்களா?'

உலக வரலாற்றைப் பாருங்கள்.

★ தன் முதல் பில்லியன் டாலர் (4000 கோடி ரூபாய்) சம்பாதிக்க ஹென்றி ஃபோர்ட் எடுத்துக்கொண்ட வருடங்கள் 23.

★ வால் மார்ட் நிறுவனர் ஸாம் வால்ட்டனுக்குத் (Sam Walton) தேவைப்பட்ட வருடங்கள் 20.

★ பில் கேட்ஸின் மைக்ரோஸாஃப்ட் முயற்சி 12 வருடங்கள்.

★ ஜெஃப் பெஸோஸ் அமேஸான்.காம் கம்பெனி தொடங்கி தன் முதல் பில்லியன் டாலர்களைச் சம்பாதித்தது பிஸினஸில் குதித்த மூன்றே வருடங்களில்!

நீங்கள் என்ன சொல்லவேண்டும் தெரியுமா? 'ஐஸக் பத்து வருடங்களில் இருநூறு கோடி தொட்டாரா, நான் ஐந்து வருடங்களில் இருநூறு கோடி விற்பனை செய்வேன்' என்று உங்கள் அடிமனத்தில் போட்டித் தீ பற்றி எரியவேண்டும். படுத்துக் கொண்டே ஜெயிக்க நினைப்பவர்கள் தொழில் தொடங்க வரவேண்டாம். ஒவ்வொரு விநாடியும் போட்டியாளர்களின் வயிற்றில் எப்படி எப்போதும் புளியைக் கரைக்கலாம் என்று நீங்கள் வெறியோடு அலையவேண்டும்.

ஐந்து வருடங்களில் இருநூறு கோடி, பத்து வருடங்களில் ஆயிரம் கோடி, இருபது வருடங்களில் ஐந்தாயிரம் கோடி என்பது போல் இலக்குகளை வகுத்துக் கொள்ளுங்கள். இந்த இலக்கை எட்டுவது எப்படி?

நம் எல்லோரிடமும் மூளைபலமும் மனோபலமும் அதிகமாக இருக்கின்றன, இவற்றை முழுமையாகப் பயன்படுத்த வேண்டும் என்கிறார்கள் மனோதத்துவ மேதைகள்.

அலாவுதீனுக்குக் கிடைத்தது அற்புத விளக்கு. அதைத் தேய்த்தால் அவன் கட்டளையை நிறைவேற்றப் பறந்து வந்தது அபார சக்தி கொண்ட பூதம். 20ம் நூற்றாண்டின் இணையற்ற பூதம் எது? மவுஸைத் தட்டினால் நம் கட்டளைகளை நிறைவேற்றும் கம்ப்யூட்டர்.

உலகின் மாபெரும் கம்ப்யூட்டர் எங்கே இருக்கிறது சொல்லுங் கள் பார்க்கலாம். அமெரிக்க லாரன்ஸ் லிவர்மோர் தேசிய ஆய்வுக்கூடத்தில் இருக்கும் ஐ.பி.எம். ப்ளு ஜெனி சூப்பர் கம்ப்யூட்டர்தான் உலகமகா கம்ப்யூட்டர் என்று விக்கிபீடியா இணையதளம் சொல்லும்.

தவறு. உலகத்திலேயே ரொம்ப சக்தியான கம்ப்யூட்டர் இருப்பது எங்கே தெரியுமா?

உங்கள் வலது கையைத் தூக்குங்கள். தலைக்கு மேல் வையுங்கள். ஆமாம், அங்கேதான் இருக்கிறது அந்தப் பெரிய்ய கம்ப்யூட்டர். நம்ம மூளையுடைய பிராஸஸிங் வேகம் 700 பெர்ஸனல் கம்ப்யூட்டர்களுக்குச் சமம். நம் மூளையுடைய நினைவாற்றல் 390,625 பெர்ஸனல் கம்ப்யூட்டர்களுக்குச் சமம். இந்த மாபெரும் சக்தியின் ஐந்து சதவிகித அளவைக்கூட நாம் பயன்படுத்துவ தில்லை என்பது அறிஞர்கள் கணிப்பு.

மனோபலம். அது என்ன பலம்? மனத்தின் சக்திகள்பற்றி பாரம்பரிய நம்பிக்கைகள் நம் நாட்டில் உண்டு. குணசீலம் போனால் மனநோய் தீரும், வைத்தீஸ்வரன் கோயில் போனால் நோய்கள் பறக்கும், சுவிசேஷக் கூட்டங்கள் குருடரைப் பார்க்க வைக்கும், செவிடரைக் கேட்க வைக்கும். இவை டுபாக்கூர் வேலை என நம்மில் பலரும் நினைக்கிறோம். இந்தியாவில் மட்டுமல்ல, உலகின் பல பாகங்களிலும் இத்தகைய நம்பிக்கை கள் மக்களிடையே பரவலாக உள்ளன.

ஜப்பான் நாட்டு டெய்புட்ஸு என்ற ஊரில் 42 உயர புத்தர் பெரு மான் வெண்கலச் சிலையாக வீற்றிருக்கிறார். பணம். பழங்கள், அரிசி எனக் காணிக்கைகளை மக்கள் படைக்கிறார்கள். தங்கள் குறைகளைத் தீர்க்க ஆண்டவனிடம் முறையிடுகிறார்கள். அவர்களுடைய பிரச்சனைகளும் அதிசயமாக மறைகின்றன.

பிரான்ஸ் நாட்டில் 1375 அடி உயரத்தில் இருக்கும் புனித இடம் லூர்ட்ஸ் (Lourdes). இங்கே குகையிலிருந்து வரும் ஊற்று நீர் நோய்களைக் குணப்படுத்தும் சக்தி கொண்டது என மக்கள் நம்புகிறார்கள். கடந்த 147 ஆண்டுகளில் உலகின் பல பாகங்களில் இருந்தும் 20 கோடி மக்கள் இங்கே வந்து போயிருக்கிறார்கள். இந்த நம்பிக்கையாளர்களின் எண்ணிக்கை அதிகரித்துக் கொண்டே போகிறது. சீசன் காலமான மார்ச் - அக்டோபர் கால கட்டத்தில் ஆண்டுதோறும் வருவோரின் எண்ணிக்கை 50 லட்சம்.

அறிவியல் அட்டகாசமாக முன்னேறும் காலம் இது. மூட நம்பிக்கைகளைக் கடாச வேண்டாமா என்று கேட்கிறீர்களா? மனித அறிவின் எல்லைக் கோடுகளைத் தாண்டிய ரகசியங்கள் இந்த நம்பிக்கைகளின் பின்னால் மறைந்திருக்கலாமோ என விஞ்ஞானிகளும், டாக்டர்களும் இப்போது நினைக்க ஆரம்பித் திருக்கிறார்கள். காரணம்: மருத்துவ உலகில் நடந்து வரும் சில நம்பமுடியாத நிகழ்ச்சிகள்.

டாக்டர் ஜேம்ஸ் எஸ்டெயில் ஆங்கில ஆட்சியில் கல்கத்தாவின் ஹூக்லி மருத்துவமனையில் பணியாற்றினார். 1845ல் ஒரு நோயாளிக்கு அவர் அறுவை சிகிச்சை செய்தார். அதற்குப் பிறகு 345 அறுவை சிகிச்சைகள். கண், காது, தொண்டை, நோய்ப்பட்ட கை, கால்களைத் துண்டித்தல் ஆகிய பெரிய, கடினமான அறுவை சிகிச்சைகள்.

இவற்றின் தனித்துவம் என்ன தெரியுமா? மயக்க மருந்துகள் வராத அந்தக் காலகட்டத்தில், தன் நோயாளிகளின் ஆழ்மனத்தை ஆட்கொண்டு அவர்களுடைய வலியை மிகவும் குறைக்க அவரால் முடிந்தது. அவர்களுள் பலரும் குணமானார்கள்.

இன்னொரு ஆச்சரியம். நோய்கள் பரவுவதைத் தடுக்கும் கிருமி நாசினிகள் பரவலாகாத நேரம் அது. தங்களுக்குத் தொற்றுநோய் வராது என்ற நம்பிக்கையை எஸ்டெயில் அவர்கள் மனத்தில் விதைத்து, அவர்களுடைய சிகிச்சைப் புண்களைக் குண மாக்கினார்.

கான்ஸர் சிகிச்சையில் உலகப் புகழ்பெற்ற அமெரிக்க நியூயார்க் நகர மெமோரியல் மருத்துவமனையைச் சேர்ந்த டாக்டர் தியோடர் மில்லர் சிகிச்சை அளித்த கான்ஸர் நோயாளிகளில் சிலர் அறுவை சிகிச்சை செய்தால் தங்களுக்கு உடல் நலமாகும் என்று நம்பினார்கள். சிலர் சிகிச்சையால் ஒரு பலனும் இல்லை என்று நினைத்தாலும் உறவினரின் கட்டாயத்தால் அறுவை சிகிச்சைக்கு ஒத்துக்கொண்டார்கள்.

டாக்டர் மில்லரின் அனுபவப்படி, நம்பினோரில் பலர் பிழைத்துக் கொண்டனர். நம்பாதவர்களில் பெரும்பாலானோர் சொர்க்கத்துக்கு விசா வாங்கினார்கள். இதன்பின் நம்பிக்கை கொண்டவர்களுக்கு மட்டுமே அறுவை சிகிச்சை செய்வது என முடிவெடுத்தார் டாக்டர் மில்லர்.

பிரஸ்பிட்டேரியன் ஹார்ட் இன்ஸ்டிடியூட் இயக்குனர் டாக்டர் மெஹ்மெட் ஓஸ் சொல்கிறார், 'நான் மருத்துவமனையில் மிக நவீனக் கருவிகளைப் பயன்படுத்துகிறேன். நோயாளிகள் அறுவை சிகிச்சைக்குத் தங்களைத் தயார்படுத்திக் கொள்ளவும், உடல் குணமடையவும், தியானத்தைப் பயன்படுத்துகிறேன்.

தியானம் பலன் கொடுக்கிறது. எங்கள் மருத்துவமனைக்கு வரும் நோயாளிகளில் யாருக்கு விருப்பமோ, அவர்களுக்கு, மற்ற மருந்துகள் சிகிச்சைகளோடு யோகா, தியானம் ஆகிய சிகிச்சை களும் கொடுக்கப்படுகின்றன.' டாக்டர் மெஹ்மெட் ஓஸின் இந்தப் பேட்டியை 'அறுவை சிகிச்சைக்கு முன்னால் சொல்லுங் கள் ஓம்' என்ற தலைப்பில் வெளியிட்டது டைம் பத்திரிகை.

மனத்தின் சக்தியை அறிவியல் மேதைகளும், மருத்துவ நிபுணர் களும் ஒப்புக்கொண்டு வருகிறார்கள். மனத்தின் சக்தி இன்றைய

விஞ்ஞான அளவுகோல்களைத் தாண்டியது. அதனுடைய வீச்சைப் புரிந்துகொள்ளும் ஆரம்பவேளைகளில்தான் நாம் இருக்கிறோம். வருங்கால ஆராய்ச்சிகளும், மருத்துவத் துறையின் முன்னேற்றமும் மனித மனத்தின் பலங்களைப்பற்றி நமக்கு மேலும் மேலும் உணர்த்தும் என மருத்துவ நிபுணர்களும் மனோதத்துவ நிபுணர்களும் உறுதியாக நம்புகிறார்கள்.

நம் இலக்கை எட்டுவதற்கு மூளை, மனம் ஆகியவற்றின் முழு சக்திகளையும் நாம் பயன்படுத்த வேண்டுமானால், நம் இலக்கை ஆழ்மனத்தில் பதியவைக்க வேண்டும் என்கிறார்கள் அறிஞர்கள்.

அது சரி, அது என்ன ஆழ்மனம், கீழ் மனம், மேல் மனம் - எனக்குத் தெரிந்தது எல்லாம் ஒரு மனம்தானே என்கிறீர்களா? உணர்வு மனம், ஆழ்மனம் என்பவை இரண்டுமே தனிப்பட்ட மனங்கள் அல்ல. மனத்தின் மாறுபட்ட இரண்டு செயல்பாடு களை உணர்வு மனம், ஆழ்மனம் என இரண்டு வகைகளாக நாம் சொல்கிறோம் - அவ்வளவுதான். உணர்வு மனம் நம்மிடம் கேள்விகள் கேட்கும். அதைத் திருப்திப்படுத்துகிற வகையில் நாம் பதில் சொல்லியாகவேண்டும்.

நாம் சாதாரணமாக மனச்சாட்சி என்று சொல்வது உணர்வு மனத்தைத்தான். சினிமாக்களில் பார்த்திருப்பீர்களே? ஹீரோவுக் குள்ளிருந்து குதிக்கும் இன்னொரு குளோனிங் உருவம், அவனோடு உரையாடுமே. இந்த மனச்சாட்சிதான் உணர்வு மனம்.

ஆழ்மனம் இப்படியெல்லாம் கேள்விகள் கேட்காது, வாதாடாது. ஆனால், ஆழ்மனம் உணர்வு மனத்தைவிட ஆயிரம் மடங்கு சக்திகொண்ட மனம். ஆழ்மனத்தை வளமையான நிலத்துக்கு ஒப்பிடுவார்கள். நிலம் தனக்குள் என்ன விளைக்கப் படுகிறது என்று கவலைப்படுவதில்லை. உங்கள் மனத்தில் வாச மலர்கள் பூத்துக் குலுங்குகின்றனவா அல்லது முட்செடிகள் வளர்கின்றனவா? நீங்கள் எந்த எண்ணங்களை விதைக்கிறீர் களோ - அந்த அறுவடை உங்களுக்கு.

எட்ட வேண்டிய இலக்கைத் தீர்மானித்துவிட்டீர்கள். அந்த இலக்கு சரியா தப்பா என்கிற கஷ்டமான கேள்விகளை ஆழ்மனம் கேட்காது. அந்த இலக்கை ஆழ்மனத்தில் நாம் பதித்துவிட்டால், அத்தனை சக்தியையும் பயன்படுத்தி உங்கள் லட்சியக்கனவை நனவாக்கிக்காட்டும்.

இலக்குகளை ஆழ்மனத்தில் பதியவைக்கும் பல நடைமுறை களை மனோதத்துவ மேதைகள் உருவாக்கியிருக்கிறார்கள். சில முறைகளைப் பார்ப்போம்.

எழுதி வைத்தல்

உங்கள் இலக்கு என்ன?

'வீட்டு மசாலா பொருள்கள் தயாரிக்கும் துறையில் புகுந்து ஐந்து வருடங்களில் இருநூறு கோடி விற்பனையை எட்டவேண்டும்.'

இந்த இலக்கை நீங்கள் மனதுக்குள் பூட்டி வைக்கக்கூடாது. ஒரு நோட் புத்தகத்தில் அல்லது உங்கள் பார்வை அடிக்கடி படும் இடத்தில் எழுதி வையுங்கள். அதிகாலையிலும், இரவு படுக்கும் முன்னும், அடிக்கடி நேரம் கிடைக்கும்போதெல்லாம் இந்த வாக்கியத்தைப் படியுங்கள்.

சிலர் இன்னும் ஒரு படி மேலே போவார்கள். அடைய வேண்டிய இலக்கை தினமும் காலை, மாலைகளில் 108 முறை மீண்டும் மீண்டும் சொல்லிக்கொள்ளுதல். தப்பே இல்லை. இதனால் அந்த இலக்கு நனவாகும் சாத்தியக்கூறு அதிகமாகும் என்கிறார்கள்.

மனதை ஒருமுகப்படுத்துதல்

கஷ்டம்தான், ஆனால் பயிற்சி செய்தால் சுலபமே. பிறருடைய தொந்தரவுகள் இல்லாத நேரத்தைத் தேர்ந்தெடுத்துக் கொள்ளுங் கள். பொதுவாக இந்தப் பயிற்சிக்கு அதிகாலை நல்ல நேரம். உங்கள் வீட்டின் அமைதியான ஓர் அறையில் உட்காருங்கள். யாரும் உங்களைத் தொந்தரவு செய்யக்கூடாது என்று கேட்டுக் கொள்ளுங்கள். வெளிச் சத்தம் கேட்காதபடி கதவுகளையும் ஜன்னல்களையும் மூடிவிடுங்கள்.

வீட்டுக் குத்துவிளக்கையோ, ஒரு மெழுகுவர்த்தியையோ ஏற்றுங்கள். உங்களுக்கு வசதியான நிலையில் உட்கார்ந்து கொள்ளுங்கள். விளக்கு அல்லது மெழுகுவர்த்தி ஜ்வாலை யோடு எரியும். அந்த ஜ்வாலையில் உங்கள் பார்வையை ஒருமுகப்படுத்துங்கள். கேட்கச் சுலபமாக இருக்கிறதா? முயற்சி செய்து பாருங்கள். நம் மனம் குறும்புக்காரக் குரங்கு. நம் கவனத்தை எங்கெல்லாமோ ஓட்டும். தளராமல் தினமும் அதிகாலையில் பதினைந்து நிமிடங்கள் உங்கள் முயற்சியைத் தொடருங்கள். விரைவில் ஜ்வாலை மட்டுமே தெரியும்.

இப்போது ஜ்வாலைக்குப் பதில் உங்கள் இலக்கின்மீது மனத்தை ஒருமுகப்படுத்துங்கள். விழித்திருக்கும் நேரமெல்லாம் உங்கள் மனம் இலக்கை எட்ட உங்கள் எல்லா சக்திகளையும் உந்திவிடும்.

கற்பனைக் காட்சி முறை

கனவுகள் நினைவுகளாகிவிட்டதாகக் கற்பனை செய்து அதன் பலன்களை அணு அணுவாக அசை போடும் முறை இது. உங்கள் கம்பெனி பெயர் 'அம்மா மசாலா.' நீங்கள் தொழில் தொடங்கி ஐந்து வருடங்களாகிவிட்டன. உங்கள் கம்பெனி இருநூறு கோடி விற்பனையைத் தாண்டிவிட்டது. இந்தியாவிலேயே மசாலாப் பொடிகளில் நீங்கள் நம்பர் 1. காஷ்மீர் முதல் கன்னியாகுமரிவரை பல லட்சம் கடைகளில் அம்மா மசாலா சக்கைப்போடு போடுகிறது.

இந்தியா மட்டுமா? அமெரிக்கா, கனடா, இங்கிலாந்து, ஆஸ்தி ரேலியா, நியூ ஸிலாந்து, துபாய், சிங்கப்பூர், மலேஷியா ஆகிய நாடுகளிலும் அம்மாதான் டாப். உங்களுக்குச் சமூகப் பிரக்ஞை அதிகம். உடல் ஊனமுற்றவர்களுக்கு உங்கள் கம்பெனியில் வேலைக்கு முன்னுரிமை. ஊழியர்களுக்கு நல்ல சம்பளம், ஏகப்பட்ட வசதிகள், அவர்களுடைய குழந்தைகளின் படிப்புச் செலவு முழுக்க உங்கள் கம்பெனி ஏற்கிறது.

உலகம் முழுக்கப் பல பங்களாக்கள், மாடல் மாடலாக கார்கள், ஒருநாள் போட்ட டிரஸை நீங்கள் மறுபடி போடுவதில்லை. சேவை நிறுவனங்களுக்குக் கொடுத்துவிடுவீர்கள். நாடு உங்க ளுக்கு பத்மவிபூஷன் பட்டம் தருகிறது. குடியரசுத் தலைவரோடு உங்கள் படம் எல்லா நாளிதழ்களில், பத்திரிகைகளில், டி.வி. சானல்களில். எங்கே போனாலும் நீங்கள் வி.ஐ.பி. இப்படி, பொன்மகள் வந்தாள், பொருள் கோடி தந்தாள் என்று உங்கள்மேல் பணமழை பொழிவதாய்க் கனவுகண்டு அந்தப் பணத்தைவைத்து வாழும் வாழ்வைக் கற்பனை செய்யுங்கள்.

ராபர்ட் ரோஜர் (Robert Roger) வெற்றி கண்டவர்களின் ரகசியங்கள் எவை என்று ஆராய்ச்சி செய்தவர். மில்லியன் டாலர் பழக்கங்கள் (Million Dollar Habits) என்ற தன் புத்தகத்தில் இவர் சொல்கிறார், 'உங்கள் மனம் ஒரு விஷயத்தை உண்மையென்று நம்பினால், உங்கள் உணர்வுகளைத் தூண்டிவிட்டு, கனவை நனவாக்கும்

பொருள்கள், ஆட்கள், சூழ்நிலை, ஆகியவற்றை உங்களிடம் கொண்டுவந்து, உங்கள் கற்பனையை நிஜமாக்கும்.'

இப்போது, நடக்க வேண்டிய பாதை, எட்ட வேண்டிய இலக்கு, எடுக்கவேண்டிய நேரம், ஆகியவை அத்தனை பற்றியும் உங்கள் மனத்தில் அபாரத் தெளிவு. இவற்றைச் சாதிக்கும் வெறி. அடுத்ததாக என்ன செய்ய வேண்டும்?

வியாபார வெற்றிகள் நேற்றுப் பெய்த மழையில் இன்று முளைக்கும் காளான்கள் அல்ல, மெள்ள மெள்ள வளரும் உறுதியான தேக்கு மரங்கள். ஆகவே இலக்குகளை அடைய மெள்ள மெள்ள ஒவ்வொரு செங்கல்லாக எடுத்துவைக்க வேண்டும்.

படிப்படியாகத் திட்டமிட்டுத்தான் தங்கள் கனவுகளை நனவு களாக்கினார்கள், ஜெமினி எஸ். எஸ். வாசனும், எச். சி. எல். தலைவர் ஷிவ் நாடாரும்.

ஆனந்த விகடன் பத்திரிகை என்ற விதையை விருட்சமாக்கியவர் எஸ். எஸ். வாசன். பத்திரிகைத் துறையில் மட்டுமல்ல, தமிழ், இந்தி சினிமா உலகங்களிலும் கொடிகட்டிப் பறந்தவர். ஔவையார், சந்திரலேகா, இரும்புத் திரை, மோட்டார் சுந்தரம் பிள்ளை, ஒளிவிளக்கு போன்ற தமிழ்ப் படங்களைத் தயாரித்த ஜெமினி நிறுவனத்தை ஆரம்பித்தவர் வாசன்.

வாசனின் இளமை வாழ்க்கை எப்படி இருந்தது தெரியுமா? அவருடைய நான்காம் வயதில் தந்தையார் சுப்ரமணியன் மறைந்தார். வாசனின் தாய் வாலாம்பாள், சுப்ரமணியனுக்கு இரண்டாம் தாரம். மூத்த தாரத்தினர், சொத்தின் பெரும் பகுதியைத் தாங்கள் எடுத்துக்கொண்டு, தம்மாத்துண்டை வாலாம்பாளுக்கும் வாசனுக்கும் கொடுத்தார்கள். இந்த அநீதியால் கொதித்த வாலாம்பாள் தன் குழந்தையுடன் வீட்டை விட்டு வெளியேறினார். ஊருக்கு வெளியே குடிசையில் தங்கினார். செலவுக்குப் பணம் வேண்டுமே? வீட்டில் இட்லி செய்து விற்கத் தொடங்கினார். 1900களின் தொடக்கத்தில், அக்ரஹாரத்தைச் சேர்ந்த இளம் விதவை இத்தகைய முயற்சி களில் ஈடுபடுவது புரட்சிகரமான செயல்.

எஃப்.ஏ. (இன்றைய ப்ளஸ் 2) படிக்கும்போது வாசன் ஒரு முடிவுக்கு வந்தார். பி. ஏ. படிக்க இன்னும் செலவாகும், அந்தச்

செலவைச் சமாளிக்க அம்மா திண்டாடுவார், எனவே படிப்பை நிறுத்திவிட்டு வருவாய் தேட முடிவெடுத்தார். கதை, கட்டுரை கள் எழுதி, அவற்றை வெளியிடும் தொழிலில் இறங்குவது அவர் இலக்கு.

புத்தகம் வெளியிடத் தேவையான பணம் அவரிடம் இல்லை. வாசன் ஒரு வழி கண்டுபிடித்தார். அந்தக் காலத்தில் இங்கிலாந்தி லிருந்தும் ஐப்பானிலிருந்தும் சோப்பு. சீப்பு, கண்ணாடி, ஊசி, பாசி, பொம்மை, பந்து ஆகிய சாமான்கள் கப்பல் கப்பலாக வந்திறங்கின. இவற்றை ஷாப்பு சாமான்கள் என்று மக்கள் அழைத்தனர்.

சென்னையிலும், பெரிய ஊர்களிலும் மட்டுமே ஷாப்பு சாமான்கள் நேராகக் கடைகளில் கிடைத்தன. சிறிய ஊர்களிலும் கிராமங்களிலும் இவற்றை வியாபாரம் செய்த வியாபாரிகள், ஷாப்பு சாமான்களின் விவரங்களும், வர்ணனைகளும், போட்டோக்களும் அடங்கிய பட்டியல் புத்தகம் (Catalogue) போட்டார்கள். விற்பனை வி.பி.பி. முறையில் நடந்தது.

வாசன் இந்த வியாபாரிகளில் ஒருவரானார். அவர் வழி தனி வழி. ஒரு ரூபாய்க்கு 144 பொருள்கள் அடங்கிய பொட்டலங்களை விற்றார். வியாபாரம் சூடு பிடித்தது. ஷாப்பிங் சாமான்களோடு, அக்காலத்தில் பிரபலமான துப்பறியும் நாவல்களையும் பட்டியலில் சேர்த்துக் கொண்டார். அடுத்தபடி, வாசனே சில ஆங்கிலப் புத்தகங்களைத் தழுவி, தமிழில் எழுதி விற்கலானார்.

பணம் சேர்ந்தது. 1928ல், தன் இருபத்தைந்தாம் வயதில் ஆனந்த விகடன் பத்திரிகையை விலைக்கு வாங்கினார். வாசனின் சதி லீலாவதி கதை ஆனந்த விகடனில் தொடராக வெளியானது. 1936ல் வாசன் இந்தக் கதையை எல்லிஸ் ஆர். டங்கன் டைரக்ஷனில் சினிமாவாகத் தயாரித்தார். இந்தப் படத்துக்குத் தமிழ் சினிமா வரலாற்றில் தனி இடம் உண்டு. ஏன் தெரியுமா? எம். ஜி ஆர். நடித்த முதல் சினிமா இது. ஹீரோ எம். ஜி ஆர் இல்லை. எம், கே. ராதா. குட்டி ரோலில் போலீஸ் இன்ஸ் பெக்டராகப் புரட்சித் தலைவர்!

அடுத்து ஐந்தே வருடங்கள். ஜெமினி ஸ்டூடியோ பிறந்தது. சந்திரலேகா படம். வாசனின் துணிச்சலுக்கும் பிரம்மாண்டத் துக்கும் புதுமை முயற்சிகளுக்கும் உதாரணம். அந்த முரசு நடனம்

இன்றும் நம்மைப் பிரமிக்க வைக்கிறது. இந்தப் படத்துக்கு வாசன் 603 ப்ரிண்ட்கள் போட்டார், டைம்ஸ் ஆஃப் இந்தியா போன்ற பல வெளியீடுகளில் வாரக் கணக்காக முழுப்பக்க விளம்பரம், விளம்பரச் செலவே 25 லட்சம்!

புத்தக வெளியீடு, பத்திரிகை, தமிழ் சினிமா, இந்தி சினிமா எனத் தன் வெற்றிப்படிகளை ஒவ்வொன்றான தெளிவான இலக்கு களாக வைத்து முன்னேறியதுதான் எஸ். எஸ். வாசனின் முக்கிய வெற்றி ரகசியம்.

ஷிவ் நாடாரின் பயணம் வேறுமாதிரியானது. முற்றிலும் மாறுபட்ட தொழில் நுட்பத் துறை, இந்திய கம்ப்யூட்டர் உற்பத்தியின் முன்னோடி என்றால் அது ஷிவ் நாடார்தான். தூத்துக்குடி மாவட்டம் மூலைப்பொழி கிராமத்தில் நடுத்தரக் குடும்பத்தில் பிறந்த ஷிவ் நாடார் கோயம்புத்தூர் பி.எஸ்.ஜி. கல்லூரியில் எஞ்சினியரிங் படித்தார். டெல்லி க்ளாத் மில்லில் மானேஜ்மெண்ட் டிரெயினியாகச் சேர்ந்தார்.

எழுபதுகளில் இந்தியாவில் கம்ப்யூட்டர்கள் பரவலாயின. நம் நாட்டில் கம்ப்யூட்டர் தயாரிப்பு கிடையாது. கம்ப்யூட்டர்கள் அமெரிக்க நிறுவனமான ஐ.பி.எம்மிடமிருந்து இறக்குமதி செய்யப்பட்டன. இந்தியா முழுக்கவுமே அப்போது மொத்தம் 250 கம்ப்யூட்டர்கள்தாம் இருந்தன. ஆனால், கணினிகளுக்கு இந்தியாவில் ஒளிமயமான எதிர்காலம் இருக்கிறது என்று ஒருவருமே எண்ணவில்லை. ஷிவ் நாடார் நினைத்தார், கணித்தார், நம்பினார்.

இந்தியத் தேவைகளுக்கு சப்ளை செய்ய, நாமே நம் கம்ப்யூட்டர் களைத் தயாரிக்க வேண்டும் என்று ஷிவ் நாடார் ஆசைப்பட்டார் 1976ல் தன் ஐந்து நண்பர்களோடு கம்பெனியைத் தொடங்கினார்.

அப்போது ஐ.பி.எம். கம்ப்யூட்டர் உலகின் கோலியாத். பாரம் பரியமும் தொழில்நுட்ப ஆராய்ச்சிப் பின்னணியும் கொண்ட ஐ.பி.எம்முக்கு இணையான கம்ப்யூட்டர்களை இந்தியாவில் தயாரிக்க முடியுமா? 'முடியும்' என ஷிவ் நாடாருக்கு அசைக்க முடியாத நம்பிக்கை இருந்தது.

கம்ப்யூட்டர் தயாரிக்கப் பெரிய அளவு முதலீடு வேண்டும், முன்னணித் தொழில் நுட்பம் வேண்டும். இவை இந்த நண்பர்கள் கூட்டத்திடம் இல்லை. ஆனால், இந்தியாவில்

கம்ப்யூட்டர் தொழிலில் முதல் இடம் பெற வேண்டும் என்ற தெளிவான இலக்கு இருந்தது, ஜெயிக்கும் வெறி இருந்தது.

'கால்குலேட்டரில் பயணம் தொடங்குவோம். விரைவில் கம்ப்யூட்டர் தயாரிப்பில் நுழைவோம்' என்று அடியெடுத்து வைத்தார்கள்.

அப்போது அடித்தது லக்கி பிரைஸ். 1977ம் வருடம். மத்தியில் ஆட்சியிலிருந்து ஜனதா அரசு. கோககோலா, ஐ.பி.எம் ஆகிய இரண்டு அமெரிக்க கம்பெனிகளுக்கும் திடீரென 'கெட்-அவுட்' சொன்னது.

1980. எச்.சி.எல். கம்ப்யூட்டர்கள் களத்துக்கு வந்தன. விரைவில் காணும் அலுவலகம் எல்லாம் ஷிவ் நாடாரின் தயாரிப்புகள்தாம். பணம் கொட்டியது. ஒரு வியாபாரிக்குத் திருப்தி வந்திருக்கும். ஷிவ் நாடார் வியாபாரியையும் தாண்டிய லட்சியவாதி.

கம்ப்யூட்டர் தயாரிப்பு வந்துவிட்டது, வருங்காலத்தில் இந்தியா முன்னணியில் நிற்க வேண்டுமானால், ஆயிரக்கணக்கான, லட்சக்கணக்கான இந்தியர்கள் கம்ப்யூட்டர் பயிற்சி பெற வேண்டும் என்று கணித்தார். நேஷனல் இன்ஸ்டிடியூட் ஆஃப் இன்ஃபர்மேஷன் டெக்னாலஜி (National Institute of Information Technology) என்ற கம்ப்யூட்டர் பயிற்சிப்பள்ளி 1981ல் பிறந்தது.

இன்று என்.ஐ.ஐ.டி இந்தியா மட்டுமல்லாமல், பஹ்ரைன், சீனா, ஹாங்காங், மலேஷியா, மரீஷியஸ், நெதர்லாந்து, இங்கிலாந்து, அமெரிக்கா ஆகிய நாடுகளிலும் கிளைபரப்பி உலகளாவிய நிறுவனமாக உயர்ந்துள்ளது.

குட்டி எட்டடி பாயும்போது தாய் பதினாறு அடிபாய வேண்டாமா? எச்.சி.எல். பாய்ந்திருக்கிறது. இந்தியாவில் 360 சேவை மையங்கள், 19 நாடுகளில் கிளைகள், 56000 ஊழியர்கள், பிரம்மாண்டம், பிரம்மாண்டம். தன் நண்பர்களால் மாக்னஸ் (பெர்ஷிய மொழியில் மாக்னஸ் என்றால் மந்திரவாதி என்று பொருள்) என அழைக்கப்படும் ஷிவ் நாடாரின் சொத்து 3.9 பில்லியன் டாலர்கள் (சுமார் 15600 கோடி ரூபாய்) உலகப் பணக்காரர் வரிசையில் அவருக்கு 277ம் இடம்.

ஷிவ் நாடார் சொல்வது இதுவே, 'நான் வெற்றியை முடிவாக நினைப்பதில்லை. அதை ஒரு பயணமாகத்தான் கருதுகிறேன்.

அதனால் ஒரு வெற்றிக்குப் பிறகு இன்னொரு வெற்றி என்று துரத்திக்கொண்டிருக்கிறேன்.'

எஸ். எஸ். வாசனும், ஷிவ் நாடாரும் என்ன சொல்கிறார்கள்? தெளிவான இலக்கும் அதை அடையும் திட்டமும் தயாராக இருந்தால் வெற்றி நிச்சயம்.

உங்கள் இலக்கும் திட்டமும் தயாரா? இனி கம்பெனி தொடங்க வேண்டியதுதான்.

5

இது உங்க கம்பெனி

கம்பெனி தொடங்க முதலில் என்ன செய்ய வேண்டும்? கம்பெனிக்குப் பெயர் வைக்க வேண்டும். பெயர் மிக முக்கியமான விஷயம்.

தலைவரின் சிவாஜி படத்தில் வருமே ஒரு கூடை சன் லைட், ஒரு கூடை மூன் லைட் பாட்டு. அதை யார் பாடியிருக்கிறார்கள்? ப்ளாஸே (Blaze)! கரெக்ட். உங்கள் விடை கரெக்ட். அவர் நிஜப் பெயர் என்ன தெரியுமோ? லக்ஷ்மி நரசிம்ம விஜய ராஜகோபால சேஷாத்ரி ஷர்மா ராஜேஷ் ராமன்.

ஏன் பெயரை மாற்றிக் கொண்டார்? ராப் (Rap) இசை, அமெரிக்க நீக்ரோ இனத்தவர்கள், லத்தீன் அமெரிக்கர்கள் ஆகியோரின் இசை. இது ஹிப் ஹாப் இசை என்றும் கூறப்படுகிறது. தன்

பெயரைக் கேட்டவுடனேயே, தன்னை ராப் இசைக் கலைஞராக அனைவரும் அடையாளம் கண்டுகொள்ளவேண்டும் என்று லக்ஷ்மி நரசிம்ம விஜய ராஜகோபால சேஷாத்ரி ஷர்மா ராஜேஷ் ராமன் நினைத்தார். எனவே அமெரிக்கா ஸ்டைலில் ப்ளாஸே என்று பெயர் வைத்துக்கொண்டார்.

பெயர் வைப்பதின் அடிப்படைத் தாத்பர்யம் இதுதான்:

★ பெயர் முக்கியமாக எதற்கு? பிறர் நம்மைக் கூப்பிட. எனவே பெயர் அடுத்தவர் வாயில் நுழையும் பெயராக, சுருக்கமாக இருக்கவேண்டும்.

★ செய்யும் தொழிலுக்கு ஏற்றதாக இருக்கவேண்டும். உங்கள் டாக்டர் தொழில் செய்கிறீர்களா? உங்கள் பெயர் சித்ரகுப்தன். நீங்கள் பெயரை மாற்றிக் கொள்ளுங்கள் அல்லது தொழிலை மாற்றிக் கொள்ளுங்கள்.

கம்பெனிகளுக்குப் பெயர் வைக்கும்போதும் சில அடிப்படைக் கொள்கைகளை நினைவில் கொள்ளவேண்டும்.

உங்களுக்குத் தெரிந்த கம்பெனிகளின் பெயர்களை நினைவுக்குக் கொண்டுவாருங்கள். அவர்கள் எப்படிப் பெயர் வைத்தார்கள் என்று கண்டுபிடிப்போம், அல்லது யூகிப்போம். 'ஆண்டவன் சொல்றான், அருணாச்சலம் பெயர் வைக்கிறான்' என்று சாமியே சரணமாகச் சிலர் பெயர் வைக்கிறார்கள்.

பிஸினஸ் செய்வது பணம் பார்க்க. வருடம் 1216 கோடி ரூபாய் சம்பாதிக்கும் திருப்பதி பாலாஜிதான் உலகத்திலேயே பணக்கார சாமி. எனவே, பாலாஜி பவன், பாலாஜி டிரான்ஸ்போர்ட், பாலாஜி ஜெனரல் ஸ்டோர்ஸ், பாலாஜி ஃபைனான்ஸ், பாலாஜி ஹார்ட்வேர், வெங்கடேஷ் டெக்ஸ்டைல்ஸ், வெங்கடேஷ் மார்பிள்ஸ், சீனிவாசா பார்மஸி, சீனிவாஸ் பிரிண்டர்ஸ் என்று பல பெயர்கள் திருப்பதி வெங்கடேசப் பெருமாள் உபயம். இதர கடவுள்களும் இதில் அடக்கம்.

சில நண்பர்கள் கடவுள் பெயரை வைப்பதில்லை. அம்மா, அப்பா, மனைவி, குழந்தைகள் பெயரை வைப்பார்கள் அல்லது தங்கள் பெயரை வைத்துக் கொள்வார்கள். ஹென்றி ஃபோர்டின் கார்த் தொழிற்சாலை பெயர் ஃபோர்ட் மோட்டார் கம்பெனி. ராபர்ட் வுட் ஜான்ஸன், ஜேம்ஸ் வுட் ஜான்ஸன், எட்வர்ட் மீட்

ஜான்ஸன் ஆகிய மூன்று சகோதரர்கள் 1885 - இல் காயங்களுக் கான மருந்துக்கட்டுகள் (Surgical Dressings) தயாரிக்கும் கம்பெனிக்கு ஜான்ஸன் அண்ட் ஜான்ஸன் என்று பெயர் வைத்தார்கள். இந்தியாவிலும் இப்படித்தான். டாட்டா ஸ்டீல், டாட்டா மோட்டார்ஸ், வசந்த் அன்ட் கோ, வி.ஜி. பன்னீர்தாஸ் ஆகியோர் தங்கள் பெயர்களைத்தாம் தம் கம்பெனிகளுக்கு வைத்தார்கள்.

டி.வி.எஸ். குழுமத்தின் கம்பெனிகளின் பெயர்களைப் பாருங் கள். சுந்தரம் ஃபாஸனர்ஸ், டி.வி.எஸ். மோட்டார்ஸ், சுந்தரம் ஃபைனான்ஸ், டி.வி.எஸ். லூக்காஸ் என டி. வி. எஸ் அல்லது சுந்தரம் என்கிற குழுமப் பெயர்களை இணைத்திருப்பார்கள். 'Trust, Value, Service என்று எங்கள் குழுமத்துக்குப் பொது மக்களிடமும் வாடிக்கையாளர்களிடமும் இருக்கும் நன் மதிப்பைப் பயன்படுத்திக்கொள்வதே இதன் நோக்கம்' என்று டி.வி.எஸ் நிறுவன ஊழியர் சொன்னார்.

சிலர் வைப்பது காரணப் பெயர். ராசி ஸீட்ஸ் என்று சொன் னாலே, விவசாயிகளுக்கு ராசியான விதைகள் தயாரிக்கும் நிறுவனம் என்று சொல்லாமலே தெரிகிறது. பதம்சிங் ஜஸுக் மசாலா தயாரிக்கத் தொடங்கினார். என்ன பெயர் வைத்தார்? ஆச்சி மசாலா! செட்டிநாட்டுச் சமையலின் சுவை உலகெங்கும் கொடிகட்டிப் பறக்கிறது. 'நீங்கள் ஆச்சி மசாலா உபயோகித்தால் உங்கள் சமையலும் சூப்பர்' என்று வீட்டுப் பெண்களைச் சுண்டியிழுக்கும் தந்திரம் இந்தப் பெயர்.

சில பிஸினஸ்களில் ஸ்டைலாகப் பெயர் வைக்க வேண்டும். பெரிய பெரிய கம்பெனிகளுக்கு நிர்வாக ஆலோசனை வழங்கும் மானேஜ்மெண்ட் கன்ஸல்ட்டன்ஸி கம்பெனி தொடங்குகிறீர் கள். உங்கள் பெயர் குப்பன். நீங்கள் பெரிய திறமைசாலி. 'குப்பன் அண்ட் கோ' என்று பெயர் வைப்பீர்களா அல்லது ஸ்ட்ராட்டஜிக் கன்ஸல்டன்ட்ஸ் என்று பெயர் வைப்பீர்களா?

பாண்டியராஜன் இதனால்தான் தன் நிறுவனத்துக்கு மா ஃபா மானேஜ்மெண்ட் கன்ஸல்டன்ட்ஸ் லிமிடெட் என்று பெயர் வைத்தார். மாஃபா பிரெஞ்சு மொழிச் சொல். 'என் வார்த்தை' (My Word) என்று பொருள்.

சில நிறுவனங்கள் பொதுவாகப் பெயர் வைப்பார்கள். ரிலை யன்ஸ் இண்டஸ்ட்ரீஸ் என்பதில் ரிலையன்ஸ் நம்பிக்கை என்று

பொருள் தருகிறதே தவிர, வேறு அதில் தனிச் சிறப்பொன்று மில்லை.

என்ன பெயர்கள் வைப்பதில்லை? என்ன காரணங்கள்?

கோவிந்தா ஸ்டோர்ஸ், கோவிந்தா ஃபைனான்ஸ் என்றெல்லாம் பெயர் வைப்பதில்லை. பழனியாண்டி பெயரிடம் நெருங்குவ தில்லை. காரணம்? சென்ட்டிமெண்ட்!

என்ன பெயர் வைக்கக்கூடாது என்பதற்கு இன்னொரு காரணமும் இருக்கிறது. தில்லியில் ரமேஷ் ஷர்மா. பிறப்பால் மார்வாடி. காகிதம் தயாரிக்கும் தொழிற்சாலை நடத்துகிறார். கம்பெனி பெயர் ஸ்வஸ்திக் இண்டஸ்ட்ரீஸ். ஸ்வஸ்திக் என்றால் என்ன? நாம் உ என்று பிள்ளையார் சுழிபோட்டு நல்ல முயற்சிகளைத் தொடங்குகிறோம். அதைப்போல் பல வட நாட்டு இந்துக் களுக்கு ஸ்வஸ்திக் ராசியான குறியீடு.

ரமேஷ் ஷர்மா தன் தொழிற்சாலையை வெளிநாட்டுத் தொழில் நுட்ப உதவியோடு விரிவாக்க விரும்பினார். இஸ்ரேல் நாட்டுக் கம்பெனி இந்த எந்திரங்கள் தயாரிப்பில் முன்னணியில் நின்றது. அனில் கபூர் என்ற அனுபவசாலியான நிர்வாக ஆலோசகரை அணுகினார்.

அனில் கபூர் கொடுத்த முதல் அட்வைஸ், 'ரமேஷ், நீங்கள் அந்த இஸ்ரேல் கம்பெனியை அணுகும் முன்னால் ஸ்வஸ்திக் இண்டஸ்ட்ரீஸ் என்ற உங்கள் கம்பெனி பெயரை மாற்ற வேண்டும்.'

'ஏன்?'

'இஸ்ரேலில் யூதர்கள் அதிகம். ஜெர்மனியில் ஹிட்லர் ஆண்ட போது லட்சக் கணக்கான யூதர்கள் கொல்லப்பட்டார்கள், சித்திர வதை செய்யப்பட்டார்கள். தங்கள் சொத்து, சுகம், சொந்தங்கள், அத்தனையையும் இழந்தார்கள். எனவே ஹிட்லர்மேல் யூதர் களுக்கு வெறுப்பு, வெறுப்பு. ஸ்வஸ்திகா அந்த ஹிட்லரின் ஆட்சியின் சின்னம், அவனுடைய நாஜிக் கட்சியின் சின்னம். பெயரில் மட்டுமல்ல, வடிவத்திலும் இந்துக்களின் ஸ்வஸ்திக் ஹிட்லரின் ஸ்வஸ்திகாவை நினைவூட்டும். ரமேஷ், உங்கள் கம்பெனி பெயரைப் பார்த்தவுடனேயே இஸ்ரேல் கம்பெனி உங்கள் கோரிக்கையை மறுத்துவிடும்.'

இப்போது அது ரமேஷ் இன்டஸ்ட்ரீஸ். இஸ்ரேல் தொழில் நுட்பத்தோடு காகிதம் தயாரிக்கும் எந்திரங்களை உற்பத்தி செய்கிறது, ஏற்றுமதிகூடச் செய்கிறது.

இன்று வியாபாரம் உலகமயமாகிவிட்டது. நீங்கள் மதுரையில் இருக்கிறீர்கள். கம்பெனி தொடங்குகிறீர்கள். எனவே கம்பெனி யின் பெயர், உங்கள் தயாரிப்புப் பொருள்களின் பெயர் ஆகியவை மதுரை மாவட்டத்துக்கு மட்டுமல்ல, தமிழ்நாட்டுக்கு மட்டு மல்ல, இந்தியாவுக்கு மட்டுமல்ல, அகில உலகத்துக்கே ஒத்துப் போக வேண்டும்.

ரமேஷ் ஷர்மா புத்திசாலித்தனமாகப் பெயரை மாற்றினார். அப்படி மாற்றாமல் கையைச் சுட்டுக் கொண்டவர்கள் பல பிஸினஸ் பிரம்மாண்டங்கள். ஜெனரல் மோட்டார்ஸ் அமெரிக்காவின் மிகப் பெரிய கார்த் தயாரிப்பாளர்கள். நோவா என்ற பெயரில் கார் தயாரித்தார்கள். நோவா என்றால் ஸ்டார் என்று பொருள். இதை நோ வா என்று இரண்டு வார்த்தைகளாக உச்சரிப்பார்கள். போர்ட்டோ ரிக்கோ நாட்டில் ஒருவருமே இந்தக் காரை வாங்கவில்லை. ஏன் தெரியுமா? நோ வா என்றால் போர்ட்டோ ரிக்க மொழியில் 'ஓடாது' என்று பொருள். தள்ளு மாடலை யார் வாங்குவார்கள்?

பெயர் வைத்துவிட்டீர்கள். நீங்கள் வைத்திருக்கும் பெயர் சிறப்பாக, தனித்துவமாக இருக்கிறது. பிறர் இந்தப் பெயரைக் காப்பி அடிக்காமல் இருக்க, இந்தப் பெயரில் கம்பெனியைப் பதிவு செய்துகொள்ள வேண்டும்.

நாம் தொடங்கும் தொழிலைப் பதிவு செய்வது அவசியத் தேவையா, அல்லது கம்பெனியைப் பதிவு செய்யாமலே தொழில் நடத்தலாமா?

தொழில் செய்வதற்கு நான்கு விதமான நிறுவன அமைப்புகள் உள்ளன.

1. ப்ரொப்ரைட்டரி (Proprietory) தனி நபரே செய்வது.

2. பார்ட்னர்ஷிப் (Partnership) கூட்டு வியாபாரம்

3. பிரைவேட் லிமிடெட் கம்பெனி (Private Limited Company)

4. பப்ளிக் லிமிடெட் கம்பெனி (Public Limted Company)

ப்ரொப்ரைட்டரி நிறுவனத்தின் பொறுப்பு முழுவதும் சொந்தக் காரரிடமே இருக்கும். கம்பெனியைப் பதிவு செய்ய வேண்டிய அவசியமில்லை. பார்ட்னர்ஷிப்பில் குறைந்த பட்சம் இரண்டு கூட்டாளிகள் இருக்கவேண்டும். கூட்டாளிகளின் எண்ணிக்கை இருபதைத் தாண்டக்கூடாது. ஸ்டாம்ப் பேப்பரில் அவர் களுடைய விவரம், முதலீடு, லாபம் பங்கிடும் விவரம் ஆகிய வற்றை வரையறுத்துக் கம்பெனியைப் பதிவு செய்யவேண்டும்.

பிரைவேட் லிமிடெட் கம்பெனியில் குறைந்தது இரண்டு பேர் பங்குதாரர்களாக இருக்கவேண்டும். அதிகப்படி பங்குதாரர் களின் எண்ணிக்கை ஐம்பதைத் தாண்டக் கூடாது. முதலீடு ஒரு லட்சம் ரூபாயோ அதற்கு அதிகமாகவோ இருக்கவேண்டும். இந்த நிறுவன அமைப்பைக் கட்டாயம் பதிவு செய்ய வேண்டும்.

பப்ளிக் லிமிடெட் கம்பெனியில் குறைந்தது ஏழு பேர் பங்குதாரர் களாக இருக்கவேண்டும். பங்குதாரர்களின் எண்ணிக்கைக்கு உச்ச வரம்பு கிடையாது. நிறுவன அமைப்பையும் கட்டாயம் பதிவு செய்யவேண்டும்.

இவைதவிர விற்பனை வரி போன்ற சட்டத் தேவைகளுக்காகவும் கம்பெனியைப் பதிவு செய்வது தேவைப்படும். கம்பெனி நிறுவுவதில் இது மிக முக்கியமான கட்டம். எனவே நல்ல ஆடிட்டர் அல்லது கம்பெனி செக்ரட்டரியைத் தேர்ந்தெடுத்து அவர் ஆலோசனைப்படி நடவடிக்கைகளை எடுங்கள்.

கம்பெனிக்குப் பெயர் வைத்துவிட்டீர்கள். தேவையான பதிவு கள் ரெடி. நாளை காலை பூசை போடலாமா? பொறுங்க சார் பொறுங்க. பூசை போடுபவருக்குக் கொடுக்க, தொழிற்சாலைக் கான கட்டடம் வாங்க/வாடகை கொடுக்க, எந்திரங்கள் வாங்க/ வாடகைக்கு எடுக்க, மூலப்பொருள்கள் வாங்க, ஊழியர்களுக்குச் சம்பளம் கொடுக்க, மின் கட்டணம் கட்ட, பணம் வேண்டுமே? ஏற்பாடு செய்துவிட்டீர்களா?

பணம் இரண்டுவகைச் செலவுகளைச் சமாளிக்க. கட்டடம், எந்திரங்கள் போன்றவை சொந்தமாக வாங்கும் பட்சத்தில் அசையா சொத்துக்கள். சம்பளம், மூலப் பொருள்களின் செலவு, மின் கட்டணம் போன்றவை தொடர் செலவுகள். சொத்துக்களை வாங்கிவிட்டு தொடர் செலவுகளைச் சமாளிக்கத் துந்தணா

போட்டால் கம்பெனியும் காகித ஓடம் கடல்அலை மேலேதான். எனவே இவை இரண்டுக்கும் பணம் இருக்க வேண்டும். மாதம் முதல் தேதி சம்பள நாள். அன்று தேவையான பணம் கையில் வேண்டும். எனவே தேவையான பணம் தேவையான நேரத்தில் இருந்தால்தான் தொழிலை ஓட்ட முடியும்.

ப்ரொப்ரைட்டரி கம்பெனிகளில் இந்த முழுப்பணம் உங்கள் பணமாகவே இருக்கலாம். பார்ட்னர்ஷிப்களில் கூட்டாளிகள் பணமாகவும், பிரைவேட் லிமிடெட், பப்ளிக் லிமிடெட் கம்பெனிகளில் பங்குதாரர்கள் பணமாகவும் இருக்கலாம்.

கடன் இல்லாமல் இன்று எந்த நிறுவனமும் இயங்க முடியாது. அய்யனார் மளிகைக்கடை சுப்பையா, டீ ஸ்டால் ராமன் நாயர் முதல் முகேஷ் அம்பானி, அனில் அம்பானி, ரத்தன் டாட்டா, குமார் மங்களம் பிர்லாவரை கடன் வாங்கித்தான் தங்கள் சாம்ராஜ்யங்களை நடத்துகிறார்கள், விரிவாக்குகிறார்கள்.

கடன்பட்டார் நெஞ்சம்போல் யாரும் இப்போது கலங்குவ தில்லை. கடன் வாங்குவது பற்றிய மக்களின் மனப்பாங்கிலும் எத்தனை மாற்றங்கள்? பண்டைய நாள்களில் கடைகளில் 'இன்று ரொக்கம் நாளை கடன்' என்று கொட்டை கொட்டையாக எழுதி வைத்திருப்பார்கள். இன்றோ, கார் வாங்க, டூ வீலர் வாங்க, டி.வி. வாங்க, கம்ப்யூட்டர் வாங்க, வீடு வாங்க, எல்லாவற்றும் 'கடன் வசதி உண்டு' என்று கடைகளும் வங்கிகளும், தனியார் நிதி நிறுவனங்களும் போட்டி போடுகின்றன.

வங்கிகள் மட்டுமல்லாமல், TIIC, SIPCOT ஆகிய பல அமைப்புகள் தொழில் தொடங்கும், நடத்தும், அபிவிருத்தி செய்யும் கடன் களை வழங்குகின்றன. ஏற்றுமதியைப் பெருக்கத் தனியாகக் கடன் வசதிகள் உள்ளன.

சிறு வணிகம், பெரிய தொழில்கள் ஆகியவற்றுக்கு என்னென்ன கடன்கள் கொடுக்கிறார்கள், கடன் பெறத் தேவையான ஆவணங் கள், நெறிமுறைகள், கடனைத் திருப்பிக் கொடுத்தல் ஆகியவை பற்றிய விவரங்கள் வேண்டுமா? முப்பது ஆண்டுகளுக்கும் மேலாகப் பல வங்கிகளில் உயர் அதிகாரியாகப் பணியாற்றிய டி.பி.ஆர். ஜோசப் சந்தோஷமா கடன் வாங்குங்க என்ற அற்புதமான புத்தகம் எழுதியிருக்கிறார். கிழக்கு பதிப்பகத்தின் இந்த வெளியீடு உங்களுக்கு மிக உதவும்.

கடன் வாங்கும்போது மறக்கவேகூடாத விஷயம் ஒன்று உண்டு. வட்டியையும், கடன் தொகையையும் குறிப்பிட்ட நாள்களில் கட்டியே ஆகவேண்டும். ஏதாவது தில்லாலங்கடி பண்ணினீர் களோ... இன்று உங்களுக்குப் புதுமாப்பிளை மரியாதை கொடுக்கும் வங்கிகள், நாளை கழுத்தில் துண்டுபோட்டு உங்களை மாமியார் வீட்டுக்கு அனுப்பத் தயங்கமாட்டார்கள். இந்தப் பயம் மட்டுமல்ல, கடனையும் வட்டியையும் சரியாகத் திருப்பிக் கொடுப்பது நேர்மையான மனப்போக்கு. தொழில் உலகில், மக்கள் மத்தியில் உங்கள் கம்பெனிக்கு நம்பகத் தன்மையை ஏற்படுத்தும். வியாபாரம் வளர இந்த நம்பகத் தன்மை மிக முக்கியம்.

நேர்மைச் செங்கல்களில் எழுந்ததுதான் டாட்டா சாம்ராஜ்யம். டாட்டா நிறுவனங்களை உருவாக்கியவர் ஜாம்ஷெட்ஜி நஸர் வான்ஜி டாட்டா (ஜே.என். டாட்டா) 1859ல் தன் இருபதாம் வயதில், தந்தையின் வியாபாரத்தில் சேர்ந்தார். அப்போது அமெரிக்காவில் உள்நாட்டுப் போர் தொடங்கியது.

இங்கிலாந்தில் இருந்த பஞ்சாலைத் தொழிற்சாலைகள் தங்களுக்குத் தேவையான பருத்தியை அமெரிக்காவிலிருந்து மட்டுமே வாங்கிக் கொண்டிருந்தார்கள். அமெரிக்கப் போரால் அவர்களுக்கு அமெரிக்காவிலிருந்து சப்ளை கிடைக்கவில்லை. இந்தியாவிலிருந்து பருத்தி வாங்க முடிவெடுத்தார்கள். இந்த வாய்ப்பை டாட்டா பயன்படுத்திக் கொண்டார். பெருகும் வியாபாரத்தைக் கவனித்துக் கொள்வதற்காக லண்டனில் கிளை திறந்தார். அவரும் லண்டனுக்குக் குடிபெயர்ந்தார்.

1865ல் அமெரிக்க உள்நாட்டுப் போர் முடிந்தது. அமெரிக்கப் பருத்தியும் சந்தைக்கு வந்தது. தேவையைவிடக் கையிருப்பு அதிகமானதால் பருத்தி விலை சரிந்தது. வியாபாரிகள் எல்லோருக்கும் பலத்த நஷ்டம்.

டாட்டாவின் கம்பெனி திவாலானது 'துண்டைக் காணோம், துணியைக் காணோம்' என்று டாட்டா இந்தியாவுக்குத் திருட்டுக் கப்பலில் ஓடி வந்தாரா? இல்லை, இல்லை. தன் நிலையை வங்கிகளுக்கும் தமக்குக் கடன் கொடுத்த பிறருக்கும் விளக்கிச் சொன்னார். கடன் கொடுத்தவர்களுள் ஒருவர் ஜெ. எச். கைதர் (J. H. Guyther). டாட்டாவின் நேர்மைகண்டு வியந்த அவர் மனமார

வாழ்த்தினார், 'இளைஞனே, நீ வாழ்வில் பல சிகரங்களைத் தொடுவாய்.'

ரிச்சர்ட் ப்ரான்ஸன். இன்கமிங் கால் ஃப்ரீ என்று எல்லா மொபைல் சேவை கம்பெனிகளும் சொல்லிக் கொண்டிருக்கும் போது, ஒவ்வொரு இன்கமிங் காலுக்கும் உங்களுக்குப் பைசா என்று அதிரடி விளம்பரத்தோடு இந்தியாவில் இப்போது நுழைந்திருக்கும் வெர்ஜின் மொபைல் கம்பெனி சொந்தக்காரர். சர்வதேச விமானச் சேவைக்காக வெர்ஜின் அட்லாண்டிக், நிதி சேவை நிறுவனம் வெர்ஜின் மணி, வெர்ஜின் புக்ஸ், வெர்ஜின் டிரிங்ஸ், வெர்ஜின் கேம்ஸ், வெர்ஜின் காஸ்மெட்டிக்ஸ், வெர்ஜின் ஜுவல்லரி, வெர்ஜின் ஹெல்த்கேர் என ஏகப்பட்ட நிறுவனங்கள். தனக்கு எத்தனை கம்பெனிகள் இருக்கின்றன என்று பிரான்ஸனுக்கே தெரியாது என்கிற ஜோக் கூட உண்டு. அள்ள அள்ளப் பணம்.

பிரான்ஸன் இத்தனை கம்பெனிகளையும் கடன் வாங்கித்தான் உருவாக்கினார். அவருடைய சில ஐடியாக்கள் மிக ரிஸ்க் ஆனவை என்று வங்கிகளே கடன் கொடுக்கத் தயங்கிய வேளைகள் உண்டு. தன் பாதை சரியென்று நினைத்தால் இந்த 'டோண்ட் கேர் மாஸ்டர்' தயங்கவே மாட்டார். நண்பர்கள், உறவினர்கள், யார் கடன் கொடுத்தாலும் வாங்குவார், தான் வகுத்துக்கொண்ட பிஸினஸில் குதிப்பார்.

பிரான்ஸனின் ரிஸ்க்கான திட்டங்களை நம்பி எப்படிக் கடன் கொடுத்தார்கள்? தன் தலையை அடகு வைத்தாவது வாங்கிய கடனை வட்டியோடு பிரான்ஸன் அடைத்துவிடுவார். இப்படி நேர்மையாக இருந்தால் நம்பித்தானே ஆக வேண்டும்?

ஆகவே நிறையக் கடன் வாங்கத் தயங்காதீர்கள். ஆனால் சரியான சமயத்தில் வட்டியோடு கடனைத் திருப்பிக் கொடுங்கள்.

6

மாத்தி யோசிங்க

ரஜினி சூப்பர் ஸ்டாரானது எப்படி? சிகரெட்டைத் தூக்கிப் போட்டுக் கவ்விய ஸ்டைல், அந்த மின்னல் வேகம், ரசிகர்கள் மனத்தில் அவருக்குச் சிம்மாசனம் போட்டது. சுஜாதாவின் எழுத்தின் இளமைத் துள்ளல், வேகம், அதுவரை யாரும் தமிழில் கையாளாத அறிவியல் பின்புலங்கள், எழுத்தாளராகவும் சினிமா வசனகர்த்தாவாகவும் அவரைச் சிகரங்கள் தொடவைத்தன. சினிமா, எழுத்து உலகங்களில் மட்டுமல்ல, எந்தத் துறையிலும், வித்தியாசம் காட்டியவர்கள் மட்டுமே மாபெரும் வெற்றிகளைக் கண்டிருக்கிறார்கள்.

தொழில் உலகிலும் இப்படித்தான். மாபெரும் தொழில் அதிபர்களும் தங்கள் தனித்துவம் காட்டத் துடிப்பார்கள். ஏதாவது புதிதாகச் செய்ய வேண்டும் என்கிற வெறி அவர்களுக்குள் கொழுந்துவிட்டு எரிந்துகொண்டேயிருக்கும்.

வசந்தகுமார். வசந்த் அண்ட் கம்பெனி உரிமையாளர். உங்களுக்குத் தெரிந்தவர். விளம்பரங்களில் எல்லாம் தன் படம் போடுகிறாரே, எப்படித் தெரியாமல் போகும்? பல வருடங்களுக்கு முன்னால், ட்யூப்ஸ் அன்ட் மாலியபில்ஸ் (Tubes and Malleables) என்ற நிறுவனம் தங்கள் விற்பனை அதிகாரி களுக்காகச் சென்னை தாசபிரகாஷ் ஹோட்டலில் பயிற்சி முகாம் நடத்தினார்கள். இந்தக் கம்பெனி ஸ்பிக் குழுமத்தைச் சேர்ந்தது. இதன் தலைவர் தமிழ்நாட்டுத் தொழில்துறையில் பெரும் புள்ளியான எம்.ஏ. சிதம்பரம். (சென்னை சேப்பாக்கம் கிரிக்கெட் மைதானம் எம். ஏ. சிதம்பரம் ஸ்டேடியம் என்று அழைக்கப் படுவது இவர் புகழ் பாடித்தான்.)

முகாமுக்கு ஒரு நாள் சிறப்பு விருந்தினராக வசந்தகுமார் வந்தார். மே மாதம். அக்னி நட்சத்திர நாள்கள். ஏர் கன்டிஷனரின் குளுகுளுவையும் மீறிச் சூடு தெரிந்தது. வசந்தகுமார் கோட்டு, டை சகிதமாக அறைக்குள் நுழைந்தார். அற்புதமான பேச்சு.

பேச்சு முடிந்தபின் கேள்வி நேரம். சாமர்த்தியமான கேள்விக் கணைகளுக்கு சாதுரியமாகப் பதில் கொடுத்தார்.

ஒரு விற்பனை அதிகாரி எழுந்தார்.

'நான் கேட்கப்போவது உங்கள் வியாபாரம்பற்றிய கேள்வி அல்ல. பெர்ஸனல் கேள்வி. கேட்கலாமா?'

'தாராளமாகக் கேளுங்கள்.'

வகுப்பே ஆவலில். 'சென்னையில் வெயில் கொளுத்துகிறது. இந்த நேரத்தில் கோட் ஸூட் என்று டிரெஸ் செய்துகொண்டு வந்திருக்கிறீர்கள். ஏன்?'

'நான் அடாது மழை கொட்டினாலும், விடாது வெயில் கொளுத்தினாலும் கோட் ஸூட்டில்தான் வருவேன். கம்பெனி விளம்பரங்களிலும் நான் கோட் ஸூட்தான். ஏன் தெரியுமா? இந்த டிரெஸ் எனக்கு, என் கம்பெனிக்குத் தனித்துவம் தருகிறது.'

'நீங்கள் அணியும் டிரெஸ் உங்கள் கம்பெனிக்கு எப்படித் தனித்துவம் தரும்?'

'சென்னையில் வெயிலில் கோட் போடுபவர்கள் இரண்டே பேர். அவர்கள் நானும், வி.ஜி. சந்தோஷமும். தப்பாக நினைக்கா

தீர்கள். ஒரு விஷயம் சொல்கிறேன். உங்கள் சேர்மன் எம்.ஏ. சிதம்பரம் பெரிய தொழில் அதிபர். அவரோடு என்னை ஒப்பிடவே முடியாது. அவர் அவ்வளவு பெரியவர். நான் தாசபிரகாஷ் ஹோட்டலுக்குள் நுழைந்தபோது, என் கோட் ஸூட் தயவால், வசந்தகுமார் இங்கே வந்திருப்பது எல்லோ ருக்கும் தெரிந்துவிட்டது. இப்போது திரு. சிதம்பரம் வந்தால், ஹோட்டல் முழுக்கத் தெரியுமா? இந்த கோட் ஸூட் வெறும் டிரெஸ் மட்டுமல்ல, வசந்த் அன்ட் கம்பெனிக்குத் தனித்துவம் தரும் அடையாளம்.'

அரங்கத்தில் கைதட்டல் அடங்கப் பல நிமிடங்களானது.

வித்தியாசம் காட்டிய இன்னும் பலர்:

ஹென்றி ஃபோர்ட்

1900 காலகட்டம். அமெரிக்காவில் கார்கள் பணக்காரர்கள் மட்டுமே வாங்கும் ஆடம்பர ஐட்டங்களாக இருந்தன. சாதாரண மனிதனும் கார் வாங்க வேண்டுமென்று

ஹென்றி ஃபோர்ட் ஆசைப்பட்டார். ஹென்றி ஃபோர்ட் கண்டுபிடித்த அசெம்பிளி லைன் தயாரிப்பு முறை உற்பத்திச் செலவைக் கணிசமாகக் குறைத்தது. இந்தப் புரட்சிகரமான உற்பத்தி முறையால், மற்றவர்கள் முழுக்காரைத் தயாரிக்க சுமார் 180 நிமிடங்கள் எடுத்துக்கொண்டிருந்தபோது ஃபோர்ட் கம்பெனியால் 93 நிமிடங்களில் தயாரிக்க முடிந்தது.

1908ல் நடுத்தர வர்க்கத்தினரும் வாங்கும் விலையில் மாடல் டி காரை ஃபோர்ட் அறிமுகம் செய்தார். கார்கள் பெருகின, ரோடுகள் வந்தன, வாணிபம் வளர்ந்தது, அமெரிக்கா பொருளாதார வல்லரசாக வித்திட்டவர்களில் ஹென்றி ஃபோர்ட் முக்கியமானவர் ஆனார்.

இவை அத்தனைக்கும் காரணம்? எல்லோரும் கார் வாங்க வேண்டுமென்ற ஹென்றி ஃபோர்டின் புதுச் சிந்தனை!

கஸன்பாய் பட்டேல்

தி வீக் (The Week) பத்திரிகை, இந்தியாவை மாற்றிய பத்து பிஸினஸ் ஐடியாக்கள் (10 Biz Ideas that changed India) என்ற கட்டுரையை வெளியிட்டுள்ளது.

1959ல் லீவர் கம்பெனியின் தயாரிப்பான ஸர்ஃப் பவுடர்தான் நம்பர் 1, 2, 3 எல்லாமே. ஒரு கிலோ விலை 13 ரூபாய். அப்போதைய விலைவாசியில், பணக்காரர்கள் மட்டுமே ஸர்ஃப் வாங்க முடிந்தது. வீட்டில் பெண்களுக்குத் துணி துவைப்பது பெரும்பாடாக இருந்தது. துணிகளைத் தண்ணீரில் நனைத்து வைத்து, சோப்புக்கட்டி தேய்த்து, அழுக்கைப் போக்கி, அலசி... இந்த வேலைச் சுமையை சோப் பவுடர் கணிசமாகக் குறைத்தது.

குஜராத் மினரல் டெவலப்மென்ட் கார்ப்பரேஷனில் மாதம் 400 ரூபாய் சம்பளத்தில் வேலை பார்த்தார் கஸன்பாய் பட்டேல். குறைந்த விலையில் சோப்புத்தூள் செய்யமுடிந்தால் நடுத்தர, ஏழைக் குடும்பங்களும் சோப் தூளின் அனுகூலங்களை அனுபவிக்கலாமே என்று நினைத்தார். வீட்டின் பின்புறம் 100 சதுர அடி இடத்தைத் தொழிற்சாலையாக்கினார். அவருடைய சோப்புத் தூள் தயார். அதைச் சாதா பிளாஸ்டிக் கவர்களில் போட்டார். தூளின் பெயர்? அவருடைய மகள் நிருபமாவின் செல்லப் பெயரான நிர்மா! விலை கிலோ 3 ரூபாய்.

வியாபாரம் சூடு பிடித்தது. அசுர வளர்ச்சி. அகமதாபாத், குஜராத் மார்க்கெட்டுகள் நிர்மா கையில். இன்று நிர்மா 1000 கோடியையும் தாண்டிய விற்பனையில். குறைந்த விலையில் நிறைந்த தரம் கொடுத்தால் பன்னாட்டு நிறுவனங்களையும் ஜெயிக்கலாம் என்கிற கஸன்பாய் பட்டேலின் வித்தியாச சிந்தனை, வளரும் தொழில் அதிபர்களுக்கு உற்சாக டானிக்.

இங்வர் காம்ப்ராத் (Ingvar Kamprad)

'குறைந்த விலை, நிறைந்த தரம்.' இந்த ஐடியா அமெரிக்கா விலும் இந்தியாவிலும் மட்டுமல்ல, ஸ்வீடன் நாட்டிலும் முப்பதுக்கும் மேற்பட்ட நாடுகளில் இருநூறுக்கும் அதிகமான கடைகளில் ஓர்க்-அவுட் ஆகும் என்று தன் இக்கியா (IKEA) நிறுவனம் மூலமாகக் காட்டியிருக்கிறார் இவர்.

தன் பதினேழாம் வயதில் பிஸினஸில் குதித்த இங்வர் நகைகள், கடிகாரங்கள், உடைகள் என்று பல பொருள்களை நேரடியாகவும் தபால் மூலமும் விற்றுவந்தார். நல்ல லாபம். ஆனால் இங்வர் திருப்திப்படவில்லை. வித்தியாசமாக ஏதாவது செய்யத் துடித்தார்.

வந்தது அந்த நாள். 1940 கால கட்டத்தில் ஆடம்பரப் பொருள் களை விற்பனை செய்தால்தான் அதிக விற்பனையும் லாபமும் வரும் என்று செம்மறியாடுகளாகத் தொழில் முனைவர்கள் நம்பிக்கொண்டு செயலாற்றினார்கள்.

டி.வி. விற்பனை செய்கிறீர்கள். ஒரு டி.வி. விற்றால் ஆயிரம் ரூபாய் லாபம். நூறு பேருக்கு விற்கிறீர்கள். கல்லாவில் சேரும் லாபம் 1000 x 100 = 100,000 ரூபாய். ஒரு டி.வி.யில் ஆயிரம் ரூபாய் லாபம் வேண்டாம், ஐநூறு ரூபாய் லாபம் போதும் என்று விலையையைக் குறைக்கிறீர்கள். வாடிக்கையாளர்கள் க்யூவில் நிற்கிறார்கள். இப்போது முந்நூறு டி.வி விற்கிறது. இப்பொது எவ்வளவு லாபம்? 500 x 300 = 150,000 ரூபாய். ஐம்பதாயிரம் ரூபாய் லாபம் அதிகப்படியாக.

'விலையையைக் குறைத்து விற்பனை எண்ணிக்கையைப் பெருக்கும் திட்டம் பெரிய கண்டுபிடிப்பா? எங்கள் தெரு முருகன் ஸ்டோர்ஸ் பொன்னையா இதைத்தானே செய்கிறார்?' என்று கேட் கிறீர்களா?

வேறு யாரும் மேசை, நாற்காலி, கட்டில் போன்ற ஃபர்னிச்சர் பொருள்கள் விற்க இந்த ஐடியாவைக் கடைப்பிடிக்க வில்லையே? இத்தனை கச்சிதமாகப் பெரிய அளவில் செய்ய வில்லையே?

பல பொருள்கள் விற்பனை செய்த இங்வர் ஃபர்னிச்சர் தொழி லில் நல்ல லாபமும் பிரமாதமான வளர்ச்சி வாய்ப்புகளும் இருப்பதை உணர்ந்தார். அப்போது அவருடைய முழுக் கவனமும் ஃபர்னிச்சர்களில் திரும்பியது. உற்பத்திச் செலவு களைக் குறைக்க வெறியோடு உழைத்தார்.

தன் கடைகளில் ஃபர்னிச்சர் வாங்குபவர்களின் இன்னொரு பிரச்னையை இங்வர் கவனித்தார். நம் ஊர்களில் மேசை நாற்காலி, கட்டில் வாங்கினால் கடைக்காரர்கள் தங்கள் டெம்போ வேன் களில் அல்லது மினிலாரிகளில் வீட்டுக்கே டெலிவரி செய்து விடுவார்கள். ஐரோப்பா, அமெரிக்காவிலும் செய்வார்கள். ஆனால், இந்த டெலிவரிக்காக அவர்கள் வசூலிக்கும் யானை விலை, குதிரை விலை, ஃபர்னிச்சர் விலையையைவிட அதிகம்.

இங்வர் மூளையில் இன்னொரு மின்னல். Foldable Furrniture எனப்படும் மடக்கு மேசை நாற்காலி, கட்டில்களை அறிமுகப்

படுத்தினார். மேசையின் நான்கு கால்களையும் தனித்தனியாகக் கழற்றினார், நடுவே இருக்கும் பலகை தனியாக. மொத்த பாகங் களும் கச்சிதமான பொட்டலமாக.

நீங்கள் இக்கியா போகிறீர்கள். மேசைப் பொட்டலம் வாங்கு கிறீர்கள். காரில் பாந்தமாக உட்காருகிறது. வழியில் கீச்சல், உரசல் என்று எந்தச் சேதமும் இல்லை. வீட்டுக்கு வந்து சில ஸ்க்ரூக்களை முடுக்குகிறீர்கள். மேசை ரெடி. தாங்க் யூ இங்வர் காம்ப்ராத்.

ரிச்சர்ட் ப்ரான்ஸன்

வித்தியாசம், தனித்துவம் என்றால் முதலில் பலர் எண்ணத்தில் வருவது இவர்தான். கணக்கில்லா கம்பெனிகள். எல்லாவற்றி லும் எதாவது புதிய பாதை.

ப்ரான்ஸனின் கன்னி முயற்சிகளில் இசைத்தட்டு (Records) விற்பனை ஒரு மைல்கல். தன் எல்லா பிஸினஸ்களிலும் இளைஞர்களை ஈர்க்க என்ன செய்யலாம் என்று அலைவார் ப்ரான்ஸன். தங்கள் பாக்கெட் மணியில் பெரும்பகுதியை இளைஞர் இளைஞிகள் இசைத்தட்டுகள் வாங்கப் பயன்படுத்து வதைக் கவனித்தார். இசைக் கம்பெனிகள் கொள்ளை லாபத்தில் விற்றன. குறைந்த விலையில் விற்றால் இளைஞர் கூட்டம் வெர்ஜின் ரெகார்ட்ஸ் பின்னால் என்று உணர்ந்து சல்லிசான விலையில் தன் இசைத்தட்டுகளை வழங்க முடிவெடுத்தார். விலையைக் குறைக்க ரிச்சர்ட் பிரான்ஸன் வேண்டுமா? யாரும் செய்யலாமே? அடுத்த அடியும் அதிரடிப் பாய்ச்சல்தான்.

வெர்ஜின் இசைக்கடைகள் தொடங்கினார். இதுவும் புது ஐடியா இல்லையே? பெரிய பெரிய இசைக் கம்பெனிகள் தெருவுக்குத் தெரு பணத்தைக் கொட்டிப் பிரம்மாண்டக் கடைகள் நடத்தினார்கள்.

இங்கேதான் பிரான்ஸன் என்ட்ரி. பொதுவாக இசைக்கம்பெனி களின் கடைகளில் வேலை பார்த்தவர்கள் நல்ல விற்பனை யாளர்கள். ஆனால் 'சங்கீதம் வீசை என்ன விலை?' என்று கேட்பவர்கள். இளைஞர்கள் கடைக்கு வந்தால், எந்த ரெக்கார்ட் புதிதாக மார்க்கெட்டுக்கு வந்திருக்கிறது, எந்த ரெக்கார்ட்கள் டாப் 10, என்றெல்லாம் அவர்களோடு பேசுகிற ஞானம் இல்லா தவர்கள். கத்தரிக்காய், வெண்டைக்காயாக இசைத்தட்டுகளும்

அவர்களுக்கு இன்னொரு விற்பனைப் பொருள். அவ்வளவு தான்.

பிரான்ஸன் கடையில் வேலை பார்க்க படிப்பு இருக்கிறதோ இல்லையோ, அனுபவம் இருக்கிறதோ இல்லையோ, பாட்டில் ஈடுபாடு இருக்கிறதா, 'யூ ஆர் அப்பாயின்ட்டெட்.'

தன் கடைகளில் இசைத்தட்டுகள் வாங்குவதை இளைஞர் இளைஞிகளுக்கு சுக அனுபவமாக, பொழுதுபோக்காக, விளையாட்டாக மாற்றினார். அவர்கள் ரிலாக்ஸ்டாக உட்கார சோபாக்கள், மெத்தைகள், அவர்களே புதிய இசைத்தட்டுகளை ரெகார்ட் ப்ளேயர்களில் போட்டுக் கேட்கும் வசதி, சேவையிலும் இசை அறிவிலும் சிறந்த விற்பனையாளர்கள். வேறென்ன வேண்டும்?

பிரான்ஸன் புதுப் புது ஐடியாக்கள் உருவாக்குவதில் மட்டுமல்ல, தான் சரியென்று நினைத்துவிட்டால் அவற்றை நிறைவேற்று வதிலும் தடாலடி மாஸ்டர். 1984. சர்வதேச விமான சேவை தொடங்க எண்ணினார். கையில் பணம் போதாது. எல்லோரும் பணம் திரட்ட அலைவார்கள். பிரான்ஸன் பழைய விமானத்தை விலைக்கு வாங்கினார். ஒரே ஒரு விமானம்.

முதல் ஃப்ளைட். பயணிகளுக்கு ஆச்சரியம் (அதிர்ச்சி?) காத் திருந்தது. உள்ளே ஜாலியான பார்ட்டி. பிரமாத உபசரிப்பு, டிரிங்க்ஸ், சாப்பாடு, சினிமா. எல்லோருக்கும் மறக்கமுடியாத பயணம். வானத்தில் வெர்ஜின் அட்லாண்டிக் என்ற புது ஸ்டார் பிறந்தது. இன்று உலகை வலம் வருகின்றன ஏராளமான வெர்ஜின் விமானங்கள்.

பிரான்ஸன் விமான சேவை தொடங்கியது முதல் உலகம் புரிந்துகொண்டது, 'இந்த ஆசாமியின் அகராதியில் முடியாது என்ற வார்த்தையே கிடையாது.'

அண்மைக்காலமாக பிரான்ஸன் வெர்ஜின் கேலக்டிக் (Virgin Galactic) என்ற புதுக் கனவுபற்றி உற்சாகமாகப் பேசுகிறார். சிறப்பு விண்கலத்தில் பயணிகளை விண்வெளிக்குக் கூட்டிக்கொண்டு போகும் சர்வீஸ். ஒரு டிக்கெட் விலை சுமார் எண்பது லட்சம் ரூபாய். நம்ப முடியவில்லையா? மாயாஜாலப் படம் பார்க்கிற உணர்வா? இருக்கலாம். ஆனால், இதைச் சொல்வது ரிச்சர்ட் பிரான்ஸன் ஆயிற்றே? பக்கத்து வீட்டுக் கோயிந்து ஒருநாள்

வந்து, 'சார், நாங்க பொங்கல் லீவுக்குக் குடும்பத்தோடு விண்வெளிச் சுற்றுப் பயணம் போறோம். நாங்க வர்றவரை வீட்டைப் பாத்துக்குங்' என்று சொன்னால் ஆச்சரியப்படா தீர்கள். அவருக்கு Bon V அவருக்குச் சொல்லுங்கள். பின்னணி யில் என்ன பாட்டுக் கேட்கிறது? பிரான்ஸனின் குரலில் புரட்சித் தலைவர் பாட்டு, 'நினைத்ததை முடிப்பவன் நான், நான், நான்...'

ஸ்டீவ் ஜாப்ஸ் (Steve Jobs), ஸ்டீபன் வோஸ்னியாக் (Stephen Wozniak)

1953இல் ஐ.பி.எம் கம்ப்யூட்டர்களைத் தயாரிக்கத் தொடங்கியது. விரைவில், கம்ப்யூட்டர் என்றாலே ஐ.பி.எம்தான் என்று கம்ப்யூட்டர் உலகின் சூப்பர் ஸ்டாரானது. அந்தக் காலகட்டத் தில் கம்ப்யூட்டர் எப்படி இருந்தது தெரியுமா? பிரம்மாண்ட யானை சைஸ். கம்ப்யூட்டர் வைக்கத் தனியாகப் பெரிய அறை வேண்டும்.

அப்போது கம்ப்யூட்டர்களில் வெற்றிடக் குழாய்கள் (Vacuum Tubes) என்ற பாகங்கள் பயன்படுத்தப்பட்டன. இவை நம் விரல் அளவு பெரியவை. 1974ல் அரை அங்குல நீளமே கொண்ட டிரான்சிஸ்டர் கண்டுபிடிக்கப்பட்டது. கம்ப்யூட்டர்களும் வாமன அவதாரம் எடுக்கும் வாய்ப்பு.

பெரிய பெரிய கம்ப்யூட்டர்களை ஐ.பி.எம். மிக வெற்றிகரமாக விற்பனை செய்து கொண்டிருந்தது. இவற்றைத் தாண்டி மார்க்கெட் இருக்கலாம் என்று நினைக்க அவர்கள் வெற்றி தடுத்தது.

வீடுகளில் பயன்படுத்தும் கருவியாகக் கம்ப்யூட்டர் மாறினால், மார்க்கெட் அசுர கதியில் வளரும் என்று வித்தியாசமாகச் சிந்தித்தார்கள், ஸ்டீவ் ஜாப்ஸ், ஸ்டீபன் வோஸ்னியாக் என்ற இரண்டு இளம்புயல்கள். 1976ல் தனிமனிதன் உபயோகிக்கும் பெர்ஸனல் கம்ப்யூட்டர்களை, எல்லோரும் வாங்கும் விலையில் விற்பனைக்குக் கொண்டுவந்தார்கள். இப்போது எங்கும் கணினிமயம். ஸ்டீவ் ஜாப்ஸ், ஸ்டீபன் வோஸ்னியாக் இரண்டு பேருக்கும் 'ஓ' போடுவோம்.

மைக்கேல் டெல்

வீடுகளில் கம்ப்யூட்டர் வாங்குவது பல பாதிப்புகளை ஏற்படுத்தி யது. கம்ப்யூட்டர் காஸ்ட்லி சமாச்சாரம். டெக்னிக்கலான

சமாச்சாரம். பல ஆயிரம் டாலர் கொடுத்து வாங்கும் கணினி எப்போது, என்னென்ன தொழில்நுட்பப் பிரச்சனைகள் கொடுக்குமோ என்று பக் பக்.

கம்ப்யூட்டர் கம்பெனிகள் தங்கள் தயாரிப்புகளை டி. வி, ஃப்ரிஜ், வாஷிங் மெஷின் விற்கிற அதே பாணியில் விற்பனை செய்தன. Resellers எனப்படும் ஏஜென்ட்கள் போன்ற மறுவிற்பனை மையங்கள் மூலம் விற்பனை செய்தார்கள். தங்கள் டெக்னிக்கல் பிரச்னைகளுக்கு உதவ இந்த வியாபாரிகளுக்கு சாமர்த்தியம் இருக்கிறதா, விரைந்து வருவார்களா என்று வாங்குவோர் மனங்களில் பல சந்தேகங்கள்.

'ஏன் ஏஜென்ட்கள் வழியாக விற்கவேண்டும்?' டெல் தன்னையே கேட்டுக்கொண்டார். வாடிக்கையாளர்களை நேரடியாக அணுகினார். இடைத்தரகர் கமிஷன் குறைந்தது. வாடிக்கையாளருக்குக் குறைந்த விலை, கம்பெனியிடம் வாங்கினால், சிக்கல்களில் கைகொடுக்கும் என்ற நம்பிக்கை. பத்தே ஆண்டுகள். டெல் நிறுவனம் முன்னணியில்.

பிற கம்ப்யூட்டர் கம்பெனிகள் தூங்குவார்களா? அவர்களும் நேரடி விற்பனையில் குதித்தார்கள். டெல் என்ன கொக்கா? கஸ்டமரோடு தன் பாசப் பிணைப்புகளை உறுதியாக்கும் திட்டங்கள் வரிசை வரிசையாகக் களத்துக்கு வந்தன. டெல் கணினிகளை வாங்கிப் பயன்படுத்துபவர்கள் முழூத் திருப்தி பெறாவிட்டால் முப்பது நாள்களுக்குள் கம்ப்யூட்டரைத் திருப்பிக் கொடுக்கலாம். பணம் வாபஸ்.

கம்ப்யூட்டர் துறையில் யாருக்கும் இந்தத் தைரியம் வந்ததில்லை. 'தங்கள் தயாரிப்பின்மீது மைக்கேல் டெல்லுக்கு இத்தனை நம்பிக்கையா?' மக்கள் வியந்தார்கள். விற்பனை இன்னும் எகிறியது. அடுத்த அடி இன்னும் அபாரமானது. கம்ப்யூட்டர்களில் வாடிக்கையாளர்கள் என்னென்ன வசதிகள் எதிர்பார்க்கிறார்கள், அவர்களுடைய கருத்துக்கள், பாராட்டுக்கள், குறைகள், விமரிசனங்கள் ஆகிய விவரங்களைத் தொடர்ந்து கண்டறிந்து டெல் தயாரிப்புகளை மேம்படுத்தினார். 'வாடிக்கையாளர்களிட மிருந்துதான் நாங்கள் நிறையக் கற்றுக் கொள்கிறோம். அவர்கள் தான் எங்களுக்கு உற்சாகமளிக்கிறார்கள், எங்கள் வெற்றிக்கு அடிப்படைக் காரணமாக இருக்கிறார்கள்' என்பது டெல்லின் வெற்றி வாக்குமூலம்.

கிருஷ்ணா ஸ்வீட்ஸ்

1990ல் அமெரிக்காவின் நிர்வாக மேதை ஒருவர் எடுத்துரைத்த கொள்கையின் பெயர் அடிப்படைத் திறமை (Core Competency).

அடிப்படைத் திறமை என்றால் என்ன? ஒவ்வொரு மனிதனுக்கும் ஒரு தனித்திறமை உண்டு. அதைக் கண்டறிந்து ஜொலிக்க வைப்பவர்கள் சாதனையாளர்கள் ஆகிறார்கள். நிறுவனங்களுக்கும் இப்படித் தனித்திறமைகள் உண்டு. இவற்றை இனம்கண்டு தங்கள் திறமையையும் உழைப்பையும் ஒருமுகப்படுத்தினால், இந்த நிறுவனங்கள் வரலாறு காணாத வெற்றி காண்பார்கள்.

உலகம் முழுவதும் ஏற்றுக்கொண்டிருக்கும், ஆயிரக்கணக்கான வெற்றி நிறுவனங்கள் பின்பற்றும் அடிப்படைத் திறமைக் கொள்கையை உருவாகியவர் கோயம்புத்தூர் கிருஷ்ணாராவ் பிரகலாத் என்கிற சி.கே. பிரகலாத் (C.K. Prahalad).

பிரகலாதின் அடிப்படைத் திறமை கொள்கையை கோவை கிருஷ்ணா ஸ்வீட்ஸ் சாமர்த்தியமாகக் கடைப்பிடித்திருக்கிறார்கள்.

கிருஷ்ணா ஸ்வீட்ஸ் என்ன செய்தார்கள்? மைசூர்பா தயாரிப்பு அவர்களின் தனித்திறமை. கோவையில் தொடங்கிய கிருஷ்ணா ஸ்வீட்ஸ் தமிழ்நாடு முழுக்க சாப்பாட்டு ரசிகர்களைக் கட்டிப் போட்டிருக்கிறது.

திருநெல்வேலி இருட்டுக்கடை அல்வாவும் இதுபோல் செம டேஸ்ட். தாமிரபரணித் தண்ணீரோ, வேறென்ன ரகசியமோ, இருட்டுக்கடை அல்வா இருட்டுக்கடை அல்வாதான். அல்வா என்கிற தங்கள் அடிப்படைத் திறமையைத் தாண்டி அவர்கள் வரவில்லை. தங்களுக்குத் தாங்களே வரையறை போட்டுக் கொண்டுவிட்டார்கள்.

கிருஷ்ணா ஸ்வீட்ஸூம் மைசூர்பா மட்டுமே தயாரித்து, விற்று, திருப்திப்பட்டிருக்கலாம். இதைச் செய்யாதது அவர்களுடைய சாமர்த்தியம், வளர்ச்சி ரகசியம். மைசூர்பா, லட்டு, அதிரசம், வகை வகையாக அல்வா, ஜாங்கிரி, பால் கேக், ரஸமலாய், என்று ஸ்வீட் வரிசை. முறுக்கு, தட்டை, தேன்குழல், மிக்சர், காரச்சேவு கார வகைகள். இட்லி, பொங்கல், தோசை, பூரி ஸ்நாக்ஸ். ரசம் என்கிற கொங்கு நாட்டுப் பாணி உணவகம்.

பல பன்னாட்டு நிறுவனங்களின் மார்க்கெட்டிங் உயர்பதவிகளில் இருந்து, ஏராளமான நிறுவனங்களுக்கு மார்க்கெட்டிங் ஆலோசகராக இருக்கும் சம்பத்குமார் சொல்கிறார், 'கிருஷ்ணா ஸ்வீட்ஸ் செய்திருப்பது மாபெரும் மார்க்கெட்டிங் சாதனை. அவர்களின் தனித்திறமை மைசூர்பா. இதுதான் அவர்களுக்கு மக்களிடம் இருக்கும் மதிப்புக்கு நம்பிக்கைக்கு அடிப்படை. இதையும் தாண்டி வளர்வது ரிஸ்க்கான நடவடிக்கை. இந்த வளர்ச்சியில், மைசூர்பா என்கிற தனித்திறமையும், இதற்காக மக்கள் தரும் ஆதரவும் நீர்த்துப்போகக்கூடாது. அப்படி நடந்து விட்டால் ஆதாரமே ஆட்டம் கண்டுவிடும்.

இங்கேதான் கிருஷ்ணா ஸ்வீட்ஸின் ராஜதந்திரம். வருடம் தோறும் மைசூர்பா தினம் கொண்டாடுகிறார்கள். நாங்கள் எவ்வளவுதான் வளர்ந்தாலும், உங்கள் பாசத்துக்குரிய மைசூர்பா ஆசாமிகள் என்று உறுதி கொடுக்கிறார்கள்.'

இவர்களைப்போல், வித்தியாசமான நடவடிக்கைகள் எடுக்க வேண்டும், போட்டியாளர்களிடமிருந்து தனித்து உயர்ந்து நிற்கவேண்டும் என்று நீங்கள் ஆசைப்படுவீர்கள். ஓர் எச்சரிக்கை. 'வித்தியாசம்' என்பதே உங்கள் குறிக்கோளாக இருக்கக்கூடாது. இந்த வித்தியாச, தனித்துவ நடவடிக்கைகளுக்குத் தெளிவான இலக்கு இருக்கவேண்டும்.

தொழில் தொடங்குவது லாபம் செய்ய. லாபம் எப்போது வரும்? மக்கள் நம் பொருள்களை அதிக அளவில் தொடர்ந்து வாங்கி உபயோகிக்கும்போது. மக்கள் உங்கள் தயாரிப்புகளை எப்போது வாங்குவார்கள்? உங்கள் தயாரிப்புகள் அவர்களின் தேவை களைப் பூர்த்தி செய்யும்போது.

ஒரு மார்க்கெட்டிங் கருத்தரங்கில் பார்த்த சம்பவம். பயிற்சியாளர் ராமமூர்த்தி கேள்விகள் கேட்டார்.

'செந்தில், உங்களுக்கு எந்த ஸ்வீட் பிடிக்கும்?'

'ஜாங்கிரி'

'நீங்கள் மீன் பிடிக்கப் போகிறீர்கள். தூண்டிலில் என்ன போடுவீர்கள்?'

'புழு.'

'ஏன்? உங்களுக்குப் பிடித்த ஜாங்கிரியை ஏன் தூண்டிலில் மாட்ட மாட்டீர்கள்?'

'மீனுக்குப் புழுதான் ஸார் பிடிக்கும்.'

'கரெக்ட். மீன் பிடிக்கணும்ன்னா அதுக்குப் பிடிச்ச புழுவைத்தான் தூண்டிலில் போடணும். உங்களுக்குப் பிடிச்ச ஜாங்கிரிக்கோ, லட்டுவுக்கோ அது ஈர்க்கப்படாது. புரியுதா?' இதுதான் பிஸினஸ் ரகசியம். உங்க ப்ராடக்ட்ல குணம், மணம், தரம், சேவை

எல்லாமே பெஸ்ட்ன்னு நீங்க நினைக்கலாம். நீங்க நினைக்கிறது முக்கியமில்லே. வாடிக்கையாளர் நினைக்கணும். ஒத்துக் கறீங்களா?'

'ஒத்துக்கறோம்.'

ஒட்டுமொத்த வகுப்பின் கோரஸ் ஆமோதிப்பு.

'அதுக்கு என்ன பண்ணணும்? கஸ்டமர் கண்ணோட்டத்தில் இருந்து உங்க கம்பெனியை, ப்ராடக்டைப் பார்க்கப் பழகணும்.'

ஹென்றி ஃபோர்டு, கஸன்பாய் பட்டேல், இங்வர் காம்ப்ராத், ரிச்சர்ட் ப்ரான்ஸன், ஸ்டீவ் ஜாப்ஸ், ஸ்டீபன் வோஸ்னியாக், மைக்கேல் டெல், கிருஷ்ணா ஸ்வீட்ஸ், இவர்கள் எல்லோ ருமே வாடிக்கையாளர்கள் கண்ணோட்டத்திலிருந்து தங்கள் தனித்துவங்களை, வித்தியாசங்களை உருவாக்கினார்கள், ஜெயித்தார்கள்.

7

இப்படை தோற்கின் எப்படை ஜெயிக்கும்?

'நிறுவனங்களை வெற்றிகரமாக நடத்த முக்கிய தேவை என்ன?'' என்று நம் ஊர் முதலாளிகளை 1999ல் கேட்டிருந்தால் 'முதலீடு, பணம்' என்று தயங்காமல் சொல்லியிருப்பார்கள். இன்று நீங்கள் கேட்டால், கையில் கற்பூரம் அடித்து அவர்கள் எல்லோரும் சொல்லும் உண்மை, 'திறமையுள்ள ஊழியர்கள்.' இது தொடர்பான வேலைகளை, மனித வள மேம்பாடு, Human Resource Development (சுருக்கமாக

HR) என்று சொல்கிறார்கள்.

உலகின் முதல் மனிதவள ஆலோசகர் திருவள்ளுவர்தான். ஒரு குறளில் அவர் சொல்லியிருக்கும் மனித வளத் தத்துவம் இது. ஒரு வேலையைச் செய்து முடிக்கவேண்டுமென்றால், யார் அந்தக்

கடமையை எந்த முறைகளைப் பயன்படுத்தி, செய்து முடிப் பார்கள் என்று கண்டறிந்து, அவர்களிடம் அந்தப் பொறுப்பை ஒப்படைத்துவிட வேண்டும்.

இதற்காக முதலாளிகள் என்னென்ன செய்யவேண்டும்?

1. ஒவ்வொரு வேலையையும் கூறுபோட்டு ஆராய்ந்து வேலைகளை வடிவமைத்தல்.

2. எந்தெந்த வேலைகளுக்கு எப்படிப்பட்டவர்கள், எத்தனை பேர், எவ்வெப்போது தேவை என்கிற கணக்கீடு.

3. அவர்களைத் தேர்ந்தெடுக்கும் முறைகள்.

4. அவர்களுக்குத் தேவையான பயிற்சிகள்.

5. அவர்கள் வேலைச் செயல்பாட்டை மதிப்பீடு செய்யும் முறை கள், பயன்படுத்த வேண்டிய அளவுகோல்கள், அவர்களை ஊக்கமுடன் தொடர்ந்து செயலாற்ற வைக்கும் முறைகள்.

உங்கள் கம்பெனியில் நீங்கள் இதை எப்படிச் செய்ய வேண்டும்? ஒரு சின்ன உதாரணம் எடுத்துக் கொள்ளலாம். நீங்கள் விற்பனைப் பிரதிநிதிகளைத் தேர்ந்தெடுக்கப் போகிறீர்கள். உங்களை எதிர்நோக்கும் இரண்டு கேள்விகள்:

எத்தனை விற்பனைப் பிரதிநிதிகள் தேவை?

அவர்களுக்கு என்னென்ன குணாதிசயங்கள் இருக்கவேண்டும்?

இவற்றை ஒவ்வொன்றாகப் பார்ப்போம்.

★ எத்தனை விற்பனைப் பிரதிநிதிகள் தேவை? தேவைக்குக் குறைவான பிரதிநிதிகள் இருந்தால் உங்கள் குறிக்கோள்களை எட்ட முடியாது. அளவுக்கு அதிகமானவர்கள் இருந்தால் பணவிரயம்.

★ சரியான எண்ணிக்கையை எப்படிக் கண்டுபிடிப்பது? இதற்கு ஃப்ரெடரிக் டெய்லர் (Frederick Taylor) என்கிற அமெரிக்க மனிதவள மேதை எடுத்துரைத்த நேர இயக்க நுண்ணாய்வுக் கொள்கையைப் (Time and Motion Study) பயன்படுத்தலாம்.

உங்கள் பொருளை வாங்கக் கூடியவர்கள் எத்தனை பேர் இருக் கிறார்கள்? அவர்களுடைய வாங்கும் திறன் என்ன?

வாங்கும் திறன் (வருடத்துக்கு)   வாடிக்கையாளர் எண்ணிக்கை

பத்து லட்சம் ரூபாயும் அதற்கு மேலும்   20

5 - 10 லட்சம்   50

1 - 5 லட்சம்   100

மொத்த வாடிக்கையாளர்கள்   170

இவர்களை ஏ, பி, சி என்ற மூன்று பிரிவுகளாக அழைக்கலாம்.

ஆர்டர்கள் வாங்க நாம் மாதத்தில் எத்தனை முறை இவர்களைச் சந்திக்க வேண்டும்?

(இது, உங்கள் அறிவு, அனுபவ அடிப்படையில் நீங்கள் போடும் யூகக் கணக்குதான்.)

   ஏ - மாதம் 4 முறை

   பி - மாதம் 2 முறை

   சி - மாதம் ஒரு முறை

ஒவ்வொரு வாடிக்கையாளரையும் சந்திக்க எவ்வளவு நேர மாகும்? அவர்கள் இருக்கும் இடத்துக்குப் போக வேண்டும். இந்தப் பிரயாணத்துக்கு நேரம் செலவாகும். பிறகு அவர்களைச் சந்தித்துப் பேசும் நேரம். பிரயாண நேரத்தையும், சந்திப்பு நேரத்தையும் கூட்டினால், ஒரு வாடிக்கையாளரை ஒருமுறை சந்திக்க எவ்வளவு நேரம் ஆகும் என்று கண்டு பிடிக்கலாம். சராசரியாக 2 மணி நேரம் ஆகிறது என்று எடுத்துக் கொள்ளலாமா?

ஏ பிரிவு வாடிக்கையாளரை மாதத்தில் 4 முறைகள் சந்திக்க வேண்டும். ஒரு சந்திப்புக்கு ஆகும் நேரம் 2 மணி. இதன்படி ஒரு ஏ பிரிவு வாடிக்கையாளரைச் சந்திக்க நம் விற்பனைப் பிரதிநிதிக்கு ஒரு மாதத்தில் தேவைப்படும் நேரம் 4 x 2 = 8 மணி

ஏ பிரிவில் 20 வாடிக்கையாளர்கள் இருக்கிறார்கள். இவர்கள் அத்தனை பேரையும் பார்க்கத் தேவைப்படும் நேரம் 20 x 8 = 160 மணி

இதுபோல் பி, சி பிரிவுகளுக்கும் கணக்குப் போடுங்கள்.

பி பிரிவு வாடிக்கையாளர்களைப் பார்க்கத் தேவைப்படும் நேரம்
50 x 2 x 2 = 200 மணி

சி பிரிவு வாடிக்கையாளர்களைப் பார்க்கத் தேவைப்படும் நேரம்
100 x 1 x 2 = 200 மணி

மொத்தமாக வாடிக்கையாளர்களைச் சந்திக்க நம் விற்பனைப்
பிரதிநிதிகளுக்குத் தேவைப்படும் நேரம் = 160 + 200 + 200 = 560
மணி நேரங்கள்

வாடிக்கையாளர்களைச் சந்திப்பது மட்டுமே விற்பனைப்
பிரதிநிதிகளின் வேலையல்ல.

அவர்களுக்கு மற்ற கடமைகளும் உண்டு. அவற்றுக்கு எவ்வளவு
நேரமாகிறது என்று பார்ப்போம்.

அவருடைய மற்ற வேலைகள் என்னென்ன?

- ஸேல்ஸ் கூட்டங்கள்
- ரிப்போர்ட் எழுதுதல்
- உற்பத்தி, அக்கவுண்ட்ஸ் ஆகிய பிரிவினரோடு தொடர்பு
- ஃபோன் பேச்சுகள்

இவை ஒவ்வொன்றுக்கும் ஒரு மாதத்தில் எவ்வளவு நேரமாகும்?

ஸேல்ஸ் கூட்டங்கள் - 16 மணி நேரம்

ரிப்போர்ட்கள் எழுதுதல் - 8 மணி நேரம்

உற்பத்தி, அக்கவுண்ட்ஸ் ஆகிய பிரிவினரோடு தொடர்பு - 8
மணி நேரம்

ஃபோன் பேச்சுகள் - 11 மணி நேரம்

'மற்ற' வேலைகளுக்காகத் தேவைப்படும் நேரம்
16 + 8 + 8 + 11 = 43 மணி நேரங்கள்

தினசரி வேலை நேரம் = 8 மணி நேரம்

சாப்பாடு, மற்றும் ஓய்வு = 1 மணி நேரம்

தினசரி வேலைக்கு அவர் செலவிடும் நேரம் = 7 மணி

வேலை நாள்கள் = 25

மாதத்தில் வேலைக்குச் செலவிடும் நேரம் 7 x 25 = 175 மணி

'மற்ற' வேலைகளுக்குத் தேவையான நேரம் = 43 மணி

வாடிக்கையாளர்களைச் சந்திக்க ஒரு விற்பனைப் பிரதி நிதிக்குக் கிடைக்கும் நேரம் 175 - 43 = 132 மணி

வாடிக்கையாளர்களைச் சந்திக்கத் தேவையான நேரம் = 560 மணி

தேவையான விற்பனைப் பிரதிநிதிகளின் எண்ணிக்கை = 560 / 132 = 5

எனவே உங்கள் குறிக்கோள்களின்படி விற்பனை இலக்குகளை எட்ட நீங்கள் ஐந்து விற்பனைப் பிரதிநிதிகளை வேலைக்கு அமர்த்த வேண்டும்.

★ அவர்களிடம் என்னென்ன குணநலன்கள் இருக்கவேண்டும்?

- இலக்கை எட்டும் உந்துதல்
- பிறருக்கு மரியாதை கொடுத்தல்
- உதவும் குணம்
- நேரந்தவறாமை
- கட்டுப்பாடு
- பேச்சுத்திறமை

என்ன படிப்பு படித்திருக்க வேண்டும், அனுபவம் தேவையா இல்லையா, என்பதை நீங்களாகவோ, ஆலோசகர்களின் துணையுடனோ முடிவெடுங்கள்.

என்ன சம்பளம் கொடுக்கவேண்டும்? உங்களுக்குள் இருக்கும் சங்கர்வாலை, கணேஷ் வசந்தைத் தட்டி எழுப்புங்கள். கொஞ் சம், கொஞ்சம், துப்பறிய வேண்டும். நாம் வகுத்துள்ள படிப்பும் அனுபவமும் கொண்டவர்களுக்கு மற்ற கம்பெனிகள் என்ன ஊதியம் கொடுக்கின்றன? செய்தித் தாள்களிலும் பத்திரிகை களிலும் வரும் 'ஆள்கள் தேவை' விளம்பரங்களைக் கூர்ந்து படியுங்கள். வேலைத்துறை ஆலோசகர்களிடம் விசாரியுங்கள்.

உங்கள் போட்டியாளர்கள் பல கம்பெனிகள் இருப்பார்கள். அவர்கள் என்ன சம்பளம் கொடுக்கிறார்கள் என்று துப்பறி யுங்கள். உங்கள் நிதிநிலைக்கு அத்தனை ஊதியம் கொடுக்க முடியுமா என்று கணக்குப் போடுங்கள். அடுத்து ஆள்களைத் தேர்ந்தெடுக்கக் களமிறங்க வேண்டியதுதான்.

- அறிவுக்கூர்மைத் தேர்வுகள் (Intelligence Quotient Tests)

- உணர்வு சமநிலைத் தேர்வுகள் (Emotional Quotient Tests)

- மனோதத்துவத் தேர்வுகள் (Psychological Tests)

- குழுசார்ந்த உரையாடல்கள் (Group Discussions)

- நேர்முகப் பேட்டிகள் (Personal Interviews)

- சாட்சிகள், சான்றிதழ்கள் (References, Certificates)

- மருத்துவப் பரிசோதனைகள்

இன்னொரு மனப்பாங்கையும் ஊழியர்களின் நேர்முகப் பேட்டி களில் நீங்கள் கண்டுபிடிக்க வேண்டும். நம்மில் சிலர் உழைப்பில் சிறந்தவர்கள். ஆனால், குழுவில் அங்கத்தினராகப் பணியாற்றத் தெரியாதவர்கள். 'நான் பிடித்த முயலுக்கு மூன்றே கால்' என்று முரட்டுப் பிடிவாதம் பிடிக்கும் அதிபுத்திசாலி கம்பெனிக்குத் தேவையில்லை. விட்டுக் கொடுக்கும் மனப்பான்மை உள்ள சாதாரணத் திறமைசாலி போதும்.

ஏனென்றால் மனிதர்கள் தனிப்பட்டவர்களாக, தீவுகளாக வேலை பார்த்த காலம் மலையேறிவிட்டது. குழுக்களாக, அணி களாக வேலைகளைச் செய்யும்போது உற்பத்தித்திறன் அபரிமித மாக அதிகரிப்பதாக ஆராய்ச்சிகள் சொல்கின்றன.

டேவிட் ஜான்ஸன், ரோஜர் ஜான்ஸன் என்ற இரண்டு அமெரிக்க மினிஸோட்டா பல்கலைக்கழகத்தைச் சேர்ந்த இரண்டு அறிஞர் கள் இதுகுறித்து ஆராய்ச்சி நடத்தினார்கள். 1924ல் இருந்து 1980 வரையுள்ள காலகட்டத்தில் படித்த குழந்தைகளின் மதிப் பெண்களை வைத்துக்கொண்டு 122 ஆராய்ச்சிகளை நடத்தி னார்கள். அவர்களுடைய முடிவுகளின்படி, போட்டிகளைவிடக் கூட்டுறவு முயற்சிகள்தாம் சாதனைகளை ஊக்குவிக்கிறன.

தனி மனிதராக நீங்கள் செயல்பட்டால் ஒரு எல்லைக்குமேல் உங்களால் வெற்றிகளைக் குவிக்க முடியாது. உங்களுக்கு ஒரு

சின்னக் கணக்கு. 10 திறமைசாலிகள் தனித்தனியாக ஓர் வேலையைச் செய்துகொண்டிருக்கிறார்கள். அவர்கள் பத்து பேரும் சேர்ந்து கூட்டணியாகச் செயல்பட்டால் அவர்களுடைய மொத்தச் செயல்திறன் எவ்வளவு இருக்கும்? பத்து மடங்கு என்று சொல்கிறீர்களா? இல்லை, இல்லை, 17.7 மடங்கு ஆகும் என்று கூறுகின்றன அமெரிக்காவில் நடத்தப்பட்ட சில ஆய்வுகள்.

1998ம் ஆண்டில் அமெரிக்க பயிற்சி மற்றும் முன்னேற்றக் கழகம் அமெரிக்க நிறுவனங்களிடையே ஓர் ஆய்வு நடத்தியது. தனி மனிதனாகச் செயல்படுவதைவிட கூட்டணியாகச் செயல்படுவ தால் எத்தகைய வேறுபாடுகள் ஏற்படுகின்றன என்பது குறித்து 230 நிறுவனங்களின் மனிதவள மேம்பாட்டு நிர்வாகிகள் தங்களுடைய கருத்துக்களைத் தெரிவித்திருந்தார்கள். அதன்படி, கட்டுப்பாடைய கூட்டணியாகச் செயல்பட்டால்,

- தனிமனித உற்பத்தித்திறன் 77 சதவீதம் அதிகரிக்கிறது
- தரம் 72 சதவீதம் உயர்கிறது
- சேதாரம் 55 சதவீதம் குறைகிறது
- ஊழியர்களின் திருப்தி 65 சதவீதம் கூடுகிறது
- வாடிக்கையாளர் திருப்தி 55 சதவீதம் அதிகரிக்கிறது

ஆரம்பப் பயிற்சிகள் முடிந்து புதிய ஊழியர்கள் நிறுவனத்தோடு தங்களை இணைத்துக் கொண்டுவிட்டார்கள். தங்கள் வேலை களையும் கச்சிதமாகச் செய்கிறார்கள். போதுமா?

இன்றைய உலகம் வேகமான உலகம். எல்லாத்துறைகளிலும் நொடிக்கு நொடி மாற்றங்கள், முன்னேற்றங்கள். அவற்றுக்கு ஏற்றபடி அறிவையும் திறமைகளையும் ஊழியர்கள் வளர்த்துக் கொண்டேயிருக்க வேண்டிய கட்டாயம். சற்று கண்ணயர்ந்தால், முன்னேறாதது மட்டுமல்ல, இருக்கிற இடத்தைக் காப்பாற்றிக் கொள்வதே கடினமாகிவிடும்.

ஜான், பில் என்ற இரண்டு விறகுவெட்டிகள் இருந்தார்கள். இருவருமே கடும் உழைப்பாளிகள். இருவரும் தினமும் பத்து மணி நேரம் மரம் வெட்டுவார்கள். ஆனால், பில் தன்னைவிட அதிக மரங்களை வெட்டுவதைக் கவனித்தான் ஜான். அவன் பில்லிடம் கேட்டான்,

'நாம் இரண்டுபேருமே பத்து மணி நேரம் கடுமையாக உழைக் கிறோம். ஆனால், தினமும் என்னைவிட நீதான் அதிக மரங்களை வெட்டுகிறாய். உன் ரகசியத்தை எனக்குச் சொல்லிக்கொடு.'

'ஜான், ரகசியம் ஒன்றுமேயில்லை. நீ பத்து மணி நேரமும் மரங் களை வெட்டிக் கொண்டேயிருக்கிறாய். நான் சில மரங்களை வெட்டியவுடன் என் கோடாரியைத் தீட்டிக்கொண்டு வந்து மறுபடியும் வெட்டுகிறேன். கூரான என் கோடாரி வேகமாக வெட்டுகிறது. நான் அதிக மரங்களைச் சாய்க்கிறேன்.'

மரம் வெட்டுவதற்கே கோடாரியைக் கூர்மையாக்க வேண்டி யிருக்கும்போது மனிதர்களின் திறமைகளையும் வளர்த்துக் கொள்ள நிறுவனம் திட்டம் வகுக்க வேண்டாமா?

ஒவ்வொரு ஊழியரும் வேலையில் தம் திறமையைக் காட்ட, என்ன மாதிரியான பயிற்சிகள் தேவை என்பதைத் துல்லியமாக எடை போடுங்கள். அந்த ஊழியரோடு கலந்து பேசி அவருக்குத் தேவையான பயிற்சிகளை முடிவெடுங்கள்.

உங்கள் ஊழியர்களின் புத்தியைத் தீட்டி விட்டீர்கள். அவர்கள் ஜொலிக்கிறார்கள். 'ஆஹா, நம்ம வேலை முடிஞ்சாச்சு' என்று கொட்டாவி விடாதீர்கள். உங்கள் திறமை துருப்பிடிக்கலாமா? அதைத் தீட்ட வேண்டாமா?

நீங்கள் டெக்னிக்கல் ஆள். உங்க கம்பெனி ஃபைனான்ஸ் மேனேஜர் சில நிதி விஷயங்கள்பற்றி உங்களிடம் விவாதிக் கிறார். நீங்கள் தீர்வு கொடுக்க வேண்டாம். ஆனால் அவர் சொல்லும் விஷயங்களைப் புரிந்துகொள்ளும் ஃபைனான்ஸ் அறிவு உங்களுக்கு வேண்டும். பெப்பெப்பே என்று விழித்தீர் களோ, உங்கள் மதிப்பு அம்பேல். எனவே, உற்பத்தி, மார்க் கெட்டிங், நிதி நிர்வாகம், மனிதவள மேம்பாடு, பொது நிர்வாகம் ஆகிய பிஸினஸின் எல்லாத் துறைகளிலும் உங்கள் அறிவைத் தொடர்ந்து வளர்த்துக் கொள்ளுங்கள்.

யார் இந்தப் பயிற்சிகள் கொடுப்பார்கள்? இந்தியன் இன்ஸ்டிடி யூட் ஆஃப் மானேஜ்மென்ட், மானேஜ்மென்ட் அசோசி யேஷன்கள், புரொடக்டிவிட்டி கவுன்சில்கள், தனியார் பயிற்சி நிறுவனங்கள் ஆகிய பலர் வகைவகையான பயிற்சிகள் நடத்து கிறார்கள்.

ஒவ்வொரு ஊழியரின் மனதிலும் தான் நிறுவனத்தின் எதிர் பார்ப்புகளைத் திருப்திப்படுத்தினோமா, இல்லையா என்கிற கேள்வி இருக்கும். உங்களுக்கும் ஊழியர்கள் தங்கள் கடமை களைச் செய்கிறார்களா என்று தெரிய வேண்டும்.

இதைக் கண்டுபிடிக்கும் வழிமுறையைத்தான் செயல்முறை மதிப்பீடு (Performance Appraisal) என்று சொல்கிறோம். இந்த மதிப்பீட்டின் செயல்முறை மதிப்பீடு அடிப்படையில் யாருக்கு எவ்வளவு சம்பள உயர்வு, யாருக்குப் பதவி ஏற்றம் ஆகியவற்றை நீங்கள் முடிவு செய்யவேண்டும்.

அதைப்போல் தேர்வுகளும், நேர்முகப் பேட்டிகளும் பல மனோ தத்துவக் கொள்கைகளைப் பயன்படுத்தும் வல்லுநர்களின் துறையாகிவிட்டது. இவர்கள் துணையைப் பயன்படுத்திக் கொள்வது உங்களுக்குப் பெரிதும் உதவும். இந்த வல்லுநர்கள் டாட்டா, பிர்லா, அம்பானிகளுக்குச் சரி. நான் சின்னக் கம்பெனி தொடங்குகிறேன். எங்களைப் போன்றவர்கள் தப்படி எடுத்து வைக்கும்போது நாங்கள் யார் கைகளைப் பிடித்துக் கொள்வது என்று கேட்கிறீர்களா?

ஹ‌ூஸிஸ் (Husys), ட்வாரிட்டா (Tvarita Consulting) போன்ற மனிதவள ஆலோசனை நிறுவனங்கள் சிறிய கம்பெனிகளுக் காகவே செயல்படுகின்றன. திறமையும் அர்ப்பணிப்பும் கொண்ட ஊழியர்கள் கண்டுபிடித்துவிட்டால் போதும். நீங்கள் ஏறும் இடமெல்லாம் எவரெஸ்ட்தான்.

8

முதலீடு 86400!

ரத்தன் டாட்டாவுக்குக் கோடிக் கோடியாகப் பணம் இருக்க
லாம், மாட மாளிகைகள் இருக்கலாம். ஆனால், ஒரே ஒரு
விஷயத்தில் நீங்களும் ரத்தன் டாட்டாவும் சரிநிகர் சமானமாக
இருக்கிறீர்கள்.

என்ன அது?

உங்களுக்கு வங்கி அக்கவுன்ட் இருக்கிறது. ஒரு பாரி வள்ளல்
உங்களுக்காக தினமும் 86,400 ரூபாய் போடுகிறார். கொடுக்கிற
வள்ளல் சும்மா கொடுப்பாரா? ஒரு நிபந்தனை போடுகிறார்.
ராத்திரி பன்னிரண்டு மணிக்குள் இந்த முழுப் பணத்தையும்
நீங்கள் பயன்படுத்த வேண்டும். இல்லையா? இந்த 86400 ரூபாய்
போயோ போச்! மறுநாள் நள்ளிரவு. இன்னொரு 86400 ரூபாய்

112

கிரெடிட். வருடங்கள் ஓடுகின்றன. தினமும் வரும் பணத்தை ஒழுங்காக முதலீடு செய்தவர்கள் வெற்றியின் உச்சியில்.

பாரி வள்ளல் இதே அளவு பணம் உங்கள் அக்கவுண்டில் போடு கிறார். கோயில் வாசலில் பிச்சை எடுக்கும் கந்தசாமி அக்கவுன் டில் போடுகிறார். ரத்தன் டாட்டா, பில் கேட்ஸ், கலாநிதி மாறன், நாராயணமூர்த்தி அக்கவுன்டிலும் போடுகிறார். நீங்கள் இருக்குமிடம் கோயில் வாசலா? பங்களாவா? தினமும் வரும் 86400 ரூபாயை நீங்கள் பயன்படுத்துவதில் இருக்கிறது.

தினமும் கிரெடிட் ஆகும் 86400 ரூபாயை வினாடிகள் என்று மாற்றுங்கள். நம் எல்லோருக்கும் ஒவ்வொரு நாளும் 86400 வினாடிகள், அதாவது 24 மணி நேரம் கிடைக்கிறது. நீங்கள் கந்தசாமியா, கலாநிதி மாறனா என்று தீர்மானிப்பது, நீங்கள் இந்த ஒவ்வொரு வினாடியையும் வீணாக்குகிறீர்களா, அல்லது முன்னேற்றத்துக்குப் பயன்படுத்துகிறீர்களா என்பதைப் பொறுத்துத்தான்.

பிஸினஸ் ஜாம்பவான்கள் தங்கள் நேரத்தை எப்படிச் செலவிட் டார்கள்?

கன்ஷ்யாதாஸ் பிர்லா. பிர்லா சாம்ராஜ்யம் நிறுவியவர் ஜி. டி பிர்லா என்று அறியப்படுபவர். தன் நேரத்தைப் பணத்தைவிடச் சிக்கனமாகச் செலவிடுவார். இவருடைய அன்றாட வாழ்க்கை எப்படித் தெரியுமா?

காலை 4 மணிக்குக் கண் விழிப்பு. காலைக் கடன்களை முடித்து நடக்கப் போகும்போது கடிகாரம் கரெக்டாக 4.45 காட்டும். இரண்டு மணிநேர நடை. 6.45க்குத் திரும்பி வந்து பத்திரிகை களையும் செய்தித்தாள்களையும் படிப்பார். பகவத் கீதை சுலோகங்கள் சொல்லுவார். பிறகு தம் நிறுவனங்களின் முக்கிய அதிகாரிகளைத் தொடர்புகொண்டு அன்றைய நிலவரங்களை அறிந்துகொள்வார்.

பத்து மணிக்கு ஆபீஸ். சுறுசுறுப்பாக வேலை. 12.30க்கு லஞ்ச். பின் மூன்று மணி நேரம் அலுவலகத்தில் வேலை. வீட்டுக்கு வந்து ஓய்வெடுப்பார். மாலை ஆறு முதல் ஏழு வரை நடை. 7.30 க்கு இரவு உணவு. எல்லாக் குடும்ப உறுப்பினர்களும் சேர்ந்து உட்கார்ந்துதான் டின்னர் சாப்பிட வேண்டும் என்பது எழுதப்படாத சட்டம்.

சாப்பாடு முடிந்தவுடன் பிர்லா 8.30க்குப் படுக்கையறைக்குப் போய்ப் புத்தகங்கள் படிப்பார். 9 மணிக்குத் தூங்கப் போவார். எந்த வெளி நிகழ்ச்சிகளும் இந்த நேரங்களுக்கு மாற்றி அமைக்கப்படும்.

வாழ்நாள் முழுவதும் ராணுவத்தனமான இந்தக் கட்டுப்பாட்டை ஜி. டி பிர்லா கடைப்பிடித்தார். ஒரே ஒருநாள் மட்டும்தான் இந்த நெறிமுறையை அவர் விடவேண்டிவந்தது. இந்தியக் குடியரசுத் தலைவர் ராதாகிருஷ்ணன், அமெரிக்க ஜனாதிபதி ஐஸன் ஹோவருக்கு இரவு விருந்து அளித்தார். அதில் கலந்துகொண்ட பிர்லா அன்று மட்டும், தன் இரவு உணவு நேரத்தையும், தூங்கும் நேரத்தையும் மாற்றிக்கொள்ள வேண்டி வந்தது.

'ஜி. டி. பிர்லா வாழ்ந்த காலம் சென்ற நூற்றாண்டு. கால அட்ட வணை போட்டு வாழ முடியும். இன்றைய இண்டர்நெட் யுகத்தில் இது நடக்கிற காரியமில்லை.' இப்படித்தானே நினைக்கிறீர்கள்?

அனில் அம்பானி என்ன நினைக்கிறார்? அவர் நினைப்பதைவிட என்ன செய்கிறார் என்பது அல்லவா முக்கியம்?

அனில் அம்பானி வசதிகளின் உச்சத்தில் வளர்க்கப்பட்டவர் என்றாலும் இன்றைய தலைமுறையைச் சேர்ந்தவர் என்றா லும் நேரக்கட்டுப்பாடுகளை நேர்மையாகக் கடைபிடிப் பவரே.

காலை ஐந்து மணிக்கு எழுந்திருப்பார். 18 கிலோ மீட்டர் ஓட்டம். உலகின் எந்தப் பகுதியில் இருந்தாலும், அடாது மழை பெய்தாலும் விடாது ஓட்டம் உண்டு. தினமும் யோகா. காலை எட்டு மணிக்கு முக்கிய நிர்வாகிகள் தங்கள் மொபைல்களோடு தயாராக இருப்பார்கள். அனில் போன் பண்ணுவார்.

அவர் அலுவலத்தில் நுழையும்போது மணி சரியாக 9.30. வீட்டுக்குக் கிளம்புவது டாண் என்று இரவு 9.30க்கு. தூங்குவது பன்னிரண்டு மணிக்கு. ஐந்து மணிநேரம் மட்டுமே தூக்கம். ஞாயிற்றுக் கிழமை மட்டும் கொஞ்சம் தாமதமாகத்தான் எழுவார். ஒபராய் ஹோட்டலில் மனைவி டீனா, இரண்டு மகன்கள் அன்மோல், ஜெய் அன்ஷூல் ஆகியோருடன் காலை உணவு. நாள் முழுக்க அவர்களுடன்தான்.

ஜி. டி. பிர்லா, அனில் அம்பானி போல் நேரத்தைப் பொன்னாகச் செலவிட்டால், நீங்களும் உங்கள் பிஸினஸில், 'பொன் மகள் வந்தாள், பொருள் கோடி தந்தாள்' என்று ஆனந்தத் தாண்டவம் ஆடலாம்.

மனித நேயம்

ஒரு கிராமத்திலிருந்து இன்னொரு கிராமத்துக்கு மாட்டு வண்டியில் போய்க் கொண்டிருந்தார்கள். வழியில் ஒற்றையடிப் பாதை. அங்கே எருமைமாடு படுத்துக்கொண்டிருந்தது. எருமை விலகிப் போனால்தான் மாட்டு வண்டி முன்னால் போக முடியும். வண்டிக்காரன் கத்தினான், எருமை மீது கல்லை வீசி எறிந்தான். அது நகரவில்லை. வண்டிக்குளிருந்து வீட்டுப் பெரியவர்கள் இறங்கினார்கள் சாட்டையால் எருமையை அடித்தார்கள், குத்தினார்கள். நகரவில்லை.

குட்டிப் பையன் வண்டியிலிருந்து இறங்கினான். பாதையில் கீழே கிடந்த வைக்கோலை எடுத்தான். எருமையின் வாய் அருகில் காட்டினான். மாடு மெள்ள எழுந்தது. சிறுவன் அடியடியாக முன்னே நடந்தான். ஒற்றையடிப் பாதை முடியும் இடத்தில் வைக்கோலை எருமைக்குக் கொடுத்தான். வண்டி இப்போது முன்னேறியது, ஊர் போய்ச் சேர்ந்தது.

அதட்டி மிரட்டி வேலை வாங்கினால்தான் தொழிலாளிகள் கடுமையாக உழைப்பார்கள் என்று ஒரு நம்பிக்கை உண்டு. இல்லை, இல்லை, அந்தச் சிறுவன்போல் கனிவுகாட்டி, தொழிலாளிகளின் உந்து சக்தியைத் தூண்டிவிடவேண்டும் என்பது இன்னொரு கட்சி.

மதுரையில் நண்பர் வாசுதேவன், கார் உதிரிப் பாகங்கள் தயாரிக்கும் தொழிற்சாலை நடத்துகிறார். பத்து கோடிக்கும் மேல் ஆண்டு விற்பனை. வாசுதேவனுக்கு எப்போதும் கோபம் மூக்கு நுனியில். எப்போது, எதற்காகக் கோபப்படுவார் என்று தெரியாது. எரிமலையாக வெடிப்பார். அவர் சொல்லும் வார்த்தைகள் சினிமாவில் வந்தால், சென்சார் கண்ணை மூடிக்கொண்டு வெட்டி விடலாம். அவ்வளவும் வடிகட்டிய ஆபாச வார்த்தைகள். ஆனால், அவர் ஃபாக்டரி நடத்தும் பதினேழு வருடங்களில், தொழிலாளர் பிரச்னை வந்ததே யில்லை. எப்படி? பேட்டை ரௌடிகளைக் கூப்பிட்டு,

தொல்லை கொடுக்கும் தொழிலாளிகளைச் செமத்தியாகக் 'கவனிப்பாரா?'

இல்லை, வாசுதேவன் ஸ்டைலே வேறு. இந்த ரகசியத்தை அம்பலம் ஆக்குகிறார் தொழிலாளி கன்னையன்.

'நம்ம பாஸ் வித்தியாசமான ஆள் சார். பயங்கரமாத் திட்டு வாரு. ஆனா மனசு முழுக்கத் தங்கம். முத்து திறமையான மெஷின் ஆபரேட்டர். அன்னிக்கு என்ன காரணமோ தெரியலை, கவனக்குறைவாக, ஓடுற மெஷின்ல தன்னோட விரல்களை விட்டுவிட்டார். எக்கச்சக்கமான ரத்தம். தன் குடும்பத்தில் ஒருவருக்கு விபத்து வந்துபோல வாசுதேவன் பதறினாரு.

மதுரையோட சிறந்த மருத்துவமனைக்குக் கம்பெனி ஆம்பு லன்ஸ் பறந்தது. காயம்பட்டவரோடு இரண்டு சக தொழிலாளி கள், சூப்பர்வைசர், ஒரு ஆபீசர் மருத்துவமனைக்குப் போனாங்க. இன்னொரு ஆபீசர் தொழிலாளியோட வீட்டுக்குப் போனாரு. அவருடைய மனைவி, குடும்பத்தாரிடம் பக்குவமாக விபத்தைப்பற்றிச் சொன்னாரு. ஒரு காரை அமர்த்தி அவர்களை மருத்துவமனைக்கு அழைச்சுட்டு வந்தாரு.

முதலாளி வாசுதேவன் முத்துவோட குடும்பத்தாரைச் சந்திச்சாரு. பேசினாரு.

'கவலைப்படாதீங்க. மதுரையின் பெரிய டாக்டர் முத்துவுக்கு சிகிச்சை கொடுக்கிறாரு.

அவர் விரல்களை இழக்க வேண்டாம். ஆபரேஷன் செய்து விரல்களை இணைத்து விடலாம்னு டாக்டர் சொல்லியிருக்காரு. முழுச் செலவையும் நிர்வாகம் பார்த்துக் கொள்ளும். முத்து பூரண குணம் அடையும்வரை சம்பளத்தோடு லீவு கொடுக்கிறோம். உங்களுக்கு எந்த உதவி தேவைப்பட்டாலும் என் செல் நம்பருக்கு ஃபோன் செய்யுங்க. இதான் என்னோட நம்பர்னு அதையும் கொடுத்தாரு. அப்படியே அப்போதைய அவசரச் செலவுக்கும் கொஞ்சம் பணம் கொடுத்தாரு.

நம்ம அம்மா, அப்பா திட்டினா கோபப்படுவோமா? இவர் அம்மா அப்பாவுக்கு மேலே, கடவுள் சார்.'

மனித நேயம் இருந்தால் தொழிலாளிகளின் பாசத்தைச் சம்பாதிக் கலாம், அவர்கள் உங்கள் கம்பெனிக்காகத் தங்கள் அத்தனை திறமையையும் உழைப்பையும் தருவார்கள்.

ரிலையன்ஸ் கம்பெனியில் வேலை பார்த்த கடைநிலை ஊழியர்களான பியூன்கள், டிரைவர்கள் ஆகியோருக்கு திருபாய் அம்பானி, கம்பெனியின் பங்குப் பத்திரங்களைத் தாராளமாகக் கொடுத்தார். அவர்களில் பலர் கோடீஸ்வரர் களாக இருக்கிறார்கள். இது பத்திரிகைகளில் வந்த கதை, பலரும் அறிந்த கதை.

திருபாயின் கார் டிரைவர் பாபுலால் (பெயர் மாற்றப்பட்டுள்ளது) சொன்ன கதை இது. மும்பையை அடுத்த பாதாள்கங்கா என்ற இடத்தில் ரிலையன்ஸின் தொழிற்சாலை கட்டப்பட்டு வந்தது. அதன் ஆலோசகர்கள் டு பா (DuPont) என்கிற அமெரிக்க நிறுவனம்.

இரண்டு முக்கிய டு பா வல்லுநர்களுக்குத் திருபாய், மும்பை ஒபராய் ஹோட்டலில் டின்னர் கொடுத்தார். திருபாய், அவர் மனைவி கோகிலா பென், இருவரும் ஒபராயில் இறங் கினார்கள்.

கோகிலா பென் பாபுலாலிடம் சொன்னார், 'மூன்று, நான்கு மணி நேரமாகும். நீங்கள் சாப்பிட்டுவிட்டுக் காரில் உட்கார்ந்திருங் கள்.'

பாபுலால் சாப்பிடப் போனார். அவர் மனத்தில் சாத்தான் சொன்னது, 'மூன்று மணி நேரம் இருக்கிறது. ஒரு பெக் அடித்துவிட்டுச் சாப்பிடலாம்.' சாப்பிட உட்கார்ந்தார். ஒரு பெக் மூன்று பெக் ஆனது. அப்புறம் சிக்கன், ஃபிஷ் ஃப்ரை. பெக் அடித்துவிட்டு இப்படிச் சாப்பிட்டால் என்ன வரும்? காரில் வந்து உட்கார்ந்தவர் தூங்கியே போனார். காலை மணி மூன்று. திடீரென விழித்தார். பதறினார்.

'ஐய்யோ ஐய்யோ, ஐய்யய்யோ, திருபாயும், கோகிலா பென் மாடமும் என்ன செய்தார்களோ?'

ஹோட்டல் செக்யூரிட்டி சொன்னார், 'நீ தூங்கிக்கொண்டிருந் தால் அவர்கள் டாக்ஸி பிடித்து வீட்டுக்குப் போய் விட்டார்கள்.

நீ அவர்கள் வீட்டுக்குப் போகக்கூடாது. சரியாகப் பத்து மணிக்கு ஆபீஸில் திருபாயைச் சந்திக்கவேண்டும்.'

பாபுலால் நடுங்கிக்கொண்டே ஆபீஸ் போனார். சீட்டு நிச்சயம் கிழிக்கப்படும் என்பதில் அவருக்குச் சந்தேகமேயில்லை. திருபாய் அறைக்குள் நுழைந்தார்.

'பாபுலால், இந்தா, ஆயிரம் ரூபாய் வாங்கிக் கொள்.'

'ஸாப், நான் பிள்ளை குட்டிக்காரன். என்னை வேலையையிவிட்டு நீக்கி விடாதீர்கள்.'

'முட்டாள், உன்னை வேலையையிவிட்டு யார் போகச் சொன்னார் கள்? உனக்கு ஒரு வாரம் லீவு. ஆயிரம் ரூபாயை வைத்து ஏழு நாள்களும் வயிறு முட்டக் குடி. அப்புறம் எனக்கே டிரைவராக வா.'

இதற்குப் பிறகு பாபுலால் மதுவைத் தொடவேயில்லை. அவர் உலகமே திருபாய்தான் ரிலையன்ஸ் கம்பெனிதான்.

பணம், பட்டம், பதவி, எனக் கொட்டிக் கொடுங்கள். ஊழியர்கள் எல்லோரையும் திருப்திப்படுத்த முடியாது. பாசம் காட்டுங்கள். அத்தனை பேரும் உங்கள் சுட்டுவிரல் ஆணைக்குக் கட்டுப் படுவார்கள்.

அந்த நான்கு பேர்

எந்தவிதமான செயல்களுக்கும் நடவடிக்கைகளும் புதிய முயற்சிகளுக்கும், நீங்கள் விரும்புகிறீர்களோ இல்லையோ நான்கு பேரிடமிருந்து விமர்சனம் எழத்தான் செய்யும். எல்லோர் பேச்சையும் கேட்டால், நடுத் தெருவில் நிற்கவேண்டியதுதான். யார் பேச்சைக் கேட்கவேண்டும், யார் பேச்சை உதறித் தள்ளவேண்டும், என்பது அனுபவம் கற்றுக் கொடுக்கும் பாடம். புத்திசாலிகள் பிறர் அனுபவத்திலிருந்து கற்றுக் கொள்கிறார்கள். மற்றவர்கள் தாங்களே அனுபவித்துக் கற்றுக்கொள்கிறார்கள்.

1931. தியோனியர் என்ற பிரெஞ்சுக்காரர், தையல் எந்திரம் கண்டுபிடித்தார். அதை விற்பனைக்குக் கொண்டு வந்தார். அதுவரை தையற் கலைஞர்கள் கைகளால் தங்கள் பணியைச் செய்தார்கள். தியோனியரின் கண்டுபிடிப்பால் தங்கள் பிழைப்பு

போய்விடும் என்று பயந்து அவரையும் அவர் வீட்டையும் தாக்கினார்கள். தியோனியர் தன் பட்டறையை மூடினார். தையல் எந்திரத்தையே மறந்தார்.

பதினான்கு ஆண்டுகளுக்குப் பிறகு அமெரிக்காவில் அதே தையல் எந்திரத்தை இலியாஸ் ஹோவே என்பவர் தயாரித்தார். தன் மாடலை பாஸ்டன் நகரின் நம்பர் 1 தையற் கலைஞரிடம் கொண்டு சென்றார். சோதித்துப் பார்க்கும்படி வேண்டினார். பட்டென்று வந்தது பதில். 'உன் பித்தலாட்ட எந்திரங்களை யெல்லாம் சோதனை செய்ய நான் தயாராக இல்லை. என் நேரத்தை வீணாக்காதே.'

இதற்கு பிறகு பல ஆண்டுகளாக போராட்டங்கள். ஹோவேயின் தையல் எந்திரம் கடைகளில், வீடுகளில், அத்தியாவசியப் பொருளானது.

தியோனியர் தோற்றது ஏன்? ஹோவே ஜெயித்தது ஏன்? அந்த நாலு பேரால்.

எந்த நாட்டிலும் எந்தத் துறையிலும், எந்தக் கால கட்டத்திலும், கேலிகள், அவமானங்கள், ஏமாற்றங்கள், தாக்குதல்கள், விமர் சனங்கள் என்பவை சாதாரண நிகழ்ச்சிகள்.

அஸிம் பிரேம்ஜி உங்களுக்குத் தெரியும். விப்ரோ நிறுவனத் தலைவர். உலகப் பெரும் பணக்காரர்கள் வரிசையில் இருப்பவர். அவருடைய தந்தை சமையல் எண்ணெய் வியாபாரத்தில் ஈடுபட்டிருந்தார். அமெரிக்காவில் படித்துக் கொண்டிருந்தார் பிரேம்ஜி. திடீரென அவருடைய தந்தை மறைந்தார். நிறுவனப் பொறுப்பை ஏற்க, படிப்பைப் பாதியில் விட்டு பிரேம்ஜி இந்தியா திரும்பினார்.

கம்பெனி நிர்வாகக் கூட்டம் கூடியது. கரென் வாடியா என்ற பங்குதாரர் பேசினார்,

'அஸிம் பிரேம்ஜி ஒரு முட்டாள். கம்பெனியை நிர்வகிக்கும் திறமை இல்லாதவர். எனவே இந்த நிறுவனத்தை யாருக்காவது விற்றுவிடலாம்.'

பிரேம்ஜி மனம் காயப்பட்டது. ஆனால், வாடியாவின் வார்த்தைகளை உதறித் தள்ளினார். குடும்ப பிஸினைஸத்

திறமையாக நடத்தியது மட்டுமல்லாமல், அதைவிட ஆயிரம் மடங்கு பிரம்மாண்டமான கம்ப்யூட்டர் சாம்ராஜ் யத்தை உருவாக்கினார். உங்கள் முயற்சிகளை யாராவது கேலி செய்கிறார்களா? அவமானப்படுத்துகிறார்களா? பெருமைப்படுங்கள்.

நீங்கள் ஒரு புதிய கருத்தைச் சொல்கிறீர்கள். உலகம் என்ன செய்யும் தெரியுமா?

முதலில், 'இது பைத்தியக்காரத்தனமான ஐடியா. நமக்கு முன்னாடி உலகத்திலே எத்தனை எத்தனை புத்திசாலிங்க இருந்திருக்காங்க? நடக்கற விஷயமா இருந்தா அவங்க பண்ணியிருக்க மாட்டாங்களா? இதிலே ஏதோ ஏமாற்றுவேலை இருக்குது.'

போற்றுவோர் போற்றட்டும், தாக்குவோர் தாக்கட்டும் என்று கவலையேபடாமல் நீங்கள் உங்கள் ஐடியாவைச் செயலாற்றிக் காட்டுகிறீர்கள். அந்த நான்கு பேர் இப்போது சொல்வார்கள், 'கையிலே பணம் இருக்குன்னு தூள் கிளப்புறாங்க. இந்த ஐடியா நாலு பேருக்கு உதவினா, என் பெயரை மாத்திக்கிறேன்.'

நீங்க விடாக் கொண்டர். அயராது முயற்சி எடுக்கிறீர்கள். மக்கள் உங்கள் ஐடியாவை ஒத்துக் கொள்கிறார்கள். அப்போது அந்த 'நான்கு நண்பர்கள்' சொல்வார்கள், 'எனக்கு அப்பவே தெரியும், இது சூப்பர் ஐடியா.'

இதுதான் உலகம். புரிந்து கொள்ளுங்கள்.

ஜெயிப்பவனுக்கும் தோற்பவனுக்கும் என்ன வித்தியாசம்? தோற்பவன் கீழே விழுகிறான் மனம் உடைகிறான், தன்னிரக்கப் பாதாளத்தில் விழுந்து வெளியே வர முடியாமல் தவிக்கிறான். வெற்றி மாலை சூடுபவன் தடைக்கற்களையும் படிக்கற்களாக்கி மலைகளை முட்டும்வரை முட்டி முன்னேறுகிறான். பிஸினஸில் வெற்றி கண்டவர்கள் எல்லோருமே மாபெரும் தோல்விகளை எதிர்கொண்டு வந்தவர்கள்தாம்.

ஏர்டெல் காட்டில் இன்று செம மழை கொட்டுகிறது. ஆனால், பல ஆண்டுகளுக்கு முன்னால், சுனில் மிட்டல் ஐஸ்கிரீம் விற்கப் போனால் பனிமழை பெய்யும்,

தன் பதினெட்டாம் வயதில், லூதியானாவில், ஸ்டெயின்லெஸ் ஸ்டீல் பாத்திரங்கள் தயாரிப்பில் இறங்கினார். நல்ல வளர்ச்சி. தொழிற்சாலையை விரிவாக்க ஒரு லட்சம் ரூபாய் தேவைப் பட்டது. தெரிந்த ஒருவர் கியாரண்டி போட வேண்டும் என்றது வங்கி. தன் தந்தையின் நண்பரிடம் கேட்டார். அவர் கையெழுத்துப் போட மறுத்தார். 'நான் ஒரு லட்சம் ரூபாய்க்குக் கூட மதிப்பில்லாதவனா?' மிட்டலுக்கு அதிர்ச்சி, அவமானம்.

முன்னேற வேண்டுமென்ற வெறி. மும்பை போனார். அங்கிருந்து டெல்லி. இறக்குமதி வியாபாரத்தில் இறங்கினார். ஜப்பானிய சுஸூகி ஜெனரேட்டர்களின் இந்திய ஏஜென்ஸி கிடைத்தது. ஆர்டர்கள் கொட்டின. நாடு முழுக்க அலுவலகங் கள் திறந்தார். 'இனியெல்லாம் சுபமே' என்று நினைத்தபோது, இந்திய அரசு ஜெனரேட்டர்கள் இறக்குமதியைத் தடை செய்தது. பல ஆண்டுகளாக உழைப்பைக் கொட்டி வளர்த்த பிஸினஸ் அவுட்.

தன்னைக் கை தூக்கிவிட ஏதேனும் புதுமைத் தயாரிப்பைத் தேடினார். தைவான் நாட்டில் நடந்த பொருள்காட்சியில், புஷ் பட்டன் ஃபோன் (Push Button Phone) தன் கனவுகளை எட்ட உதவும் ஏணியாக அவருக்குத் தோன்றியது. கிங்டெல் (Kingtel) என்ற தைவான் தயாரிப்பாளருடன் ஃபோன்களை இறக்குமதி செய்யும் ஒப்பந்தம் போட்டார். உற்சாகத்தோடு இந்தியா திரும்பினார்.

அரசாங்கம் உற்சாக பலூனில் ஊசி குத்தியது. ஃபோன்களை இறக்குமதி செய்ய அனுமதி இல்லை என்றன விதிகள். ஆனால், ஃபோன்களின் பாகங்களை இறக்குமதி செய்யத் தடையேதும் இருக்கவில்லை.

மிட்டலின் அபார மூளை சொன்னது, 'ஃபோன்களை மூன்று பாகங்களாக இறக்குமதி செய்து, அந்தப் பகுதிகளை இந்தியா வில் இணைத்தால்...'

அதற்குப் பிறகு, பீடெல் டெலிபோன்கள், ஏர்டெல் தொலை பேசி சேவை என்று ரிலே வெற்றிகள்தாம்.

பிஸினஸில் வென்றவர்கள், தோற்றவர்கள் வரலாறுகளைத் தேடிப் படியுங்கள். எத்தனை எத்தனையோ ரகசியங்கள்

கிடைக்கும். பிஸினஸ் நடத்துவது நீச்சல் படிக்கிறமாதிரி. புத்தகத்தில் நீச்சல்பற்றிப் படித்துவிட்டு, அந்த அடிப்படையில் தண்ணீரில் குதித்தால், ஜலசமாதிதான்.

பிஸினஸில் குதியுங்கள், மூச்சுத் திணறுங்கள், எதிர் நீச்சல் போடுங்கள்.

நீங்கள் உலகக் கோடீஸ்வரர்கள் வரிசையில் நுழையும்போது, உங்கள் ஊரில் 47 மாடி வீடு கட்டும்போது சந்திப்போம். வாழ்த்துகள்!

பின்னிணைப்புகள்

நன்றி : நண்பர் T. R. Rajan, Management Consultant, Chennai.

உதவிய நூல்கள்

1. The High Performance Entrepreneur - Subroto Bagchi - Penguin Books India - 2006

2. Star Trek - Confederation of Indian Industry - 2008

3. Thomas Edison - George Sullivan & Scholastic Inc., USA, 2001

4. Business Leaders - Success - William J. O'Neil - McGraw Hill 2004

5. 100 Great Businesses and the minds behind them - Emily Ross - Angus Holland - Sourecbooks Inc., USA, 2004

6. The very very rich - How they got that way and how you can too - Steve Nmariotti - Mike Caslin - Pearson Education (Singapore) Pvt Limited, 2002

7. Business the Richard Branson Way - Capstone publishing Limited, UK, 1999

8. Nobodies to somebodies - Peter Han & Portfolio, Penguin Group, USA, 2005

9. Business The amazon.com Way - secrets of the World's most astonishing web business - Rebecaa Saunders - Capstone Publishing Limited, UK, 1999.

10. Business The Dell Way - 10 Secrets of the World's Best Computer Business - Rebecca Saunders - Capstone Publishing Limited, 2000

11. The Perfect Store - Inside eBay - Adam Cohen - Little Brown and Company, USA, 2002

12. The power of your subconscious mind Revised Edition - Dr. Joseph Murphy - Bantam Books 2001

13. Creating your own destiny - Patrick Snow - Magna Publishing Co. Ltd., 2003

14. அமரர் எஸ். எஸ். வாசன் நூற்றாண்டு விழா மலர் - வாசன் பப்ளிகேஷன்ஸ் - 2003

15. பிர்லா - எம். பாலசுப்பிரமணியன் - ராஜராஜன் பதிப்பகம் - 2004

16. சக்ஸஸ் சக்ரவர்த்திகள் - ரஞ்சன் - குமுதம் பு(து)த்தகம் - ஜனவரி 2006

17. ஒரு குடம் தண்ணி ஊத்தி ஒரு பில்லியன் பூத்ததாம் - சிபி கே. சாலமன் - கிழக்கு பதிப்பகம் - டிசம்பர் 2006

18. சந்தோஷமா கடன் வாங்குங்க - டி.பி.ஆர். ஜோசப் - கிழக்கு பதிப்பகம் - மே 2007

19. ஏர்டெல் மிட்டல் - என். சொக்கன் - கிழக்கு பதிப்பகம் - ஜூலை 2008

இதழ்கள்

1. மல்லிகை மகள், ஜனவரி 2008

2. குங்குமம், 17.7.2008

3. குங்குமம், 14.8.2008

4. அவள் விகடன், 12.09.2008

5. Business India, February 10, 2008

6. Business World, 24 September 2007

7. Deccan Chronicle 26 September 2008

8. Economic Times, July 8, 2006

9. Economic Times, December 10, 2007

10. India Today, October 22, 2007

11. Outlook Busines, 20th October 2007

12. Outlook Money, October 2007

13. Sunday Chronicle, December 9, 2007

14. Sunday Express Magazine, April 2006

15. The Times Of India, October 11, 2008

16. Time, 20th January 2003

17. The Week, 31st August 2008

இணையத் தளங்கள்

1. www.mumbaimirror.com

2. www.diffen.com

3. www.funonthenet.in

4. www.haryanaindustries.nic.in

5. www.laghu-udyog.com/publications/pmryprof/hosiery